Prema Rendosari Puduthundha?

Jashwanth Karthee

Clever Fox®
PUBLISHING

Chennai • Bangalore

CLEVER FOX PUBLISHING
Chennai, India

Published by CLEVER FOX PUBLISHING 2024
Copyright © Jashwanth karthee 2024

All Rights Reserved.
ISBN: 978-93-56488-99-1

తల్లి ప్రేమకి దూరమైన వారికి, ప్రియుడు/ప్రియురాలి సంతోషం కోసం వారి నుండి

దూరమైన వారికి నా ఈ ప్రేమ రెండో సారి పుడ్తుంద? అంకితం

Chapter 1

సీనియర్ ఇంటర్ mpc క్లాస్ రూమ్ కి సర్క్యులర్ తీసుకొని ప్యూన్ వచ్చాడు.

మాస్టారు గారు సర్క్యులర్ తీస్కోని పెద్దగా చదవడం మొదలు పెట్టారు.

సరిగ్గా ఈరోజు 7 గెంటలకీ ఫేర్‌వెల్ పార్టీ ప్రారంభం అవుతుంది, ఫేర్‌వెల్ పార్టీ కి సీనియర్ ఇంటర్ గర్ల్స్ లంగవోని లేక పోతే చీర, అబ్బాయిలు నల్ల చొక్కా తెల్ల పంచ లో రావాలి ఇట్లు శ్రీ వెంకటేశ్వర యజమాన్యం అని చదవడం ముగించారు మాస్టారు.

సర్క్యులర్ విన్న విద్యార్థులు ఒక్కసారిగా ఓఓఓఓ !!!! అని పెద్దగా అరిచారు .

సమయం సరిగ్గా 7:30 అందరు విద్యార్థులు వచ్చేసారు కానీ సీత మాత్రం ఇంకా రాలేదు ,

సీత కోసం రామ్ కళ్ళు అరగంట నుండి వెతుకుతూనే ఉన్నాయి

సీతా రాద? అనే ప్రశ్న రామ్ మదిలో అరగంట నుండి మేదులుతునే ఉంది, రామ్ బాధ కళ్లలో నిక్కచ్చుగా కనిపిస్తుంది

అలా బాధతో ఉన్న రామ్ కళ్లలో ఆకాశాన జిగేలున మెరిసిన మెరుపు లాగ కళ్లలో ఆనందం మెరిసింది, సీత ఆ శీతాకాలం సాయింత్రపు వెన్నెలలో నీలిరంగు చీరలో, చెవులకి ఊగుతున్న జుంకాలతో , చల్ల గాలికి ఎగిరి తన మొహాన పడుతున్న ముంగురులును తన చేతితో పక్కకి అంటు నడిచి వస్తుంటే ఆ వెన్నెలలో సీత అందం ఇంకా మెరిసిపోతుంటే రామ్ కి సీత పైలోకం నుండి వచ్చిన దేవకన్య లాగ కనిపించింది .

అందరికి పార్టీ ప్రారంభం అయ్యి అరగంటైనా రామ్ కి మాత్రం సీత రాకతోనే మొదలయింది.

రామ్ సీతనె చూస్తూ, తన ప్రాణ స్నేహితుడు శివ భుజాల మీద చేయి వేస్కోని కూర్చున్నాడు ,

రామ్ ఆనందాన్ని గమనించిన శివ కి సీత వచ్చిందని అర్థమైపోయినట్టుగా రామ్ ని చూస్తు, 2 సంవత్సరాలు చుస్తూనే గడిపేసావ్ , ఇప్పటికైనా నీ భయం పక్కన పెట్టి సీత కి నీ ప్రేమ విషయం చెప్పారా, ఈ ఫేర్‌వెల్ అయిపోతే మళ్ళీ తను ఏ కళాశాలలో చేరుతుందో కుడా తెలీదు అని రామ్ చెవిలో రహస్యంగా చెప్పాడు శివ

చెప్పాలి అనే ఉందిరా శివ, కానీ చెప్తే తను ఎక్కడ తిరస్కరిస్తుందో అని భయంగా ఉందిరా,అని రామ్ దిగులుగా శివ కేసి చూస్తూ చెప్పడు .

అలా ఏం కాదురా వచ్చేటప్పుడు అమ్మ నే ఎదురు వచ్చారు కదా, అంతా మంచే జరుగుతుంది. తను ఖచ్చితంగా ఒప్పుకుంటుంది చెప్పు రా , అన్నాడు శివ నిక్కచ్చిగా

ఎప్పుడు రామ్ బయటికి వెళుతున్న, రామ్ వాళ్ళ అమ్మ అంజనమ్మ రామ్ కి ఎదురు వచ్చి రామ్ ని బయటికి పంపుతారు, అంజనమ్మ గారికి రామ్ అంటే ఎంత ఇష్టమో రామ్ కి అంజనమ్మ గారు అంటే అంతే ఇష్టం.

ఫేర్వెల్ పార్టీ నృత్యాలతో,ఆటలతో,పాటలతో ఎంతో సరదాగా గడుస్తోంది రామ్ మాత్రం తనకి ఫేర్వెల్ కి ఏ సంబంధం లేనట్టు తన చూపులు మొత్తం సీత వైపే ఉంచేసాడు

రామ్ తన ప్రేమ విషయం సీత కి చెప్పకుండానే ఫేర్‌వెల్ పార్టీ ముగిసింది అందరి కళ్ళలో దిగులు,బాధ రెండు ఏళ్ళు కలిసి చదువుకున్న స్నేహితులని ఈ కళాశాలలో కలవడం ఇదే చివరిసారి అని తెలియడంతో అప్పటి వరకు విచ్చుకున్న పువ్వుల్లా ఉన్నా విద్యార్థుల మొహాలు, వాడిన పువ్వుల్లా మారాయి కొందరు దుఃఖంతో ఏడుపు కుడా మొదలు పెట్టరు .

రామ్ సీత కి తన ప్రేమ విషయం చెప్పలేదన్న బాధకంటే ఇంక మళ్ళీ సీత ని కలవగలనా , మళ్ళీ సీత ని చూడగలనా అన్న భయం రామ్ మొహంలో కొట్టొచ్చినట్లు తెలుస్తుంది ....

Chapter 2

శివ కి రామ్ కి ఏమో పద్మావతి జూనియర్ కళాశాల పరీక్షా కేంద్రం కాగా సీతా కి లయోల డిగ్రీ కళాశాల పరీక్షా కేంద్రం పద్మావతి జూనియర్ కళాశాల నుండి లయోల డిగ్రీ కళాశాలకి మధ్య ధూరం సరిగ్గా అర కిలోమీటరు.

రామ్ నాన్నగారైన వెంకటపతి గారు రామపురాన పెద్ద జమిందార్ అలానే ప్రెసిడెంట్ కూడాను వెంకటపతి గారు అంటే ఊరిలోని ప్రజలతో పాటు రామ్ కి అంజనమ్మ గారికి కూడ భయమే .

రామపురానికి పద్మావతి జూనియర్ కళాశాలకి సరిగ్గా 2కిమీల దూరం కావడంతో రామ్, శివ ఇద్దరు కలిసి రామ్ మోటార్ సైకిల్ మీద సెంటర్ కి చెరే వారు. పద్మావతి జూనియర్ కళాశాలకి వెళ్లే మార్గ మధ్యలోనే లయోల జూనియర్ కళాశాల కాడంతో రామ్ శివలు అరగంట ముందె లయోల డిగ్రీ కళాశాలకి వచ్చి రోజు సీత ని కాసేపు చూసి,సరిగ్గా పరీక్షకి పదినిమిషాల ముందు రామ్ మరియు శివ పరీక్ష కేంద్రం అయినా పద్మావతి జూనియర్ కళాశాలకి చెరేవారు.మళ్ళీ పరీక్ష పూర్తి అయ్యాక గబ గబా లయోల డిగ్రీ కళాశాల దగ్గరికి వచ్చి కాస్త దూరంలో సీత ని చూస్తూ సీత సైకిల్ వెంట వెళ్లే వాళ్ళు ..

కళ్ళుమూసి తెరిచే లోపు ఆఖరి పరీక్ష కూడా వచ్చేసింది రామ్ శివలు ఇద్దరు పరీక్షా కేంద్రానికి మొదలయ్యారు.

శివ రామ్ తో ఈరోజైన నీ ప్రేమని సీతకి చెప్తావా లేక నన్ను వెళ్లి చెప్పమంటావ అని దబాయించినట్టుగా అన్నాడు

అంత పని చెయ్యకురా ఈరోజు ఖచ్చితంగా చెప్తాను అని రామ్ కాన్ఫిడెంట్గా శివకి చెప్పాడు.

రామ్ మాటల్లో కాన్ఫిడెన్స్ విన్న శివకి రామ్ ఈరోజు ఎలాయినా సీతకి తన ప్రేమ విషయం చెప్తాడు అని అనిపించింది.

మాటల మధ్యలోనే సీత పరీక్షా కేంద్రం వచ్చింది, ఎప్పటిలాగ కాకుండ ఈసారి 45 నిమషాల ముందుగానే సీత పరీక్ష కేంద్రం దగ్గరికి చేరారు రామ్, శివలు

ఎంతసేపు వెతికినా సీత ఇద్దరికీ కనిపించలేదు ఆఖరి 10 నిమిషాలు కుడా వచ్చేసాయి సీత ఎక్కడా కనిపించలేదు ,సీత గురించి లయోలా డిగ్రీ కళాశాల పరీక్ష కేంద్రం వాళ్ళ స్నేహితులని అడిగిన సీత ఇంకా రాలేదు అని చెప్పారు పరీక్షకి ఇ0క 10నిమిషాలే ఉండటంతో రామ్, శివలు వాళ్ళ పరీక్ష కేంద్రమైన పద్మావతి కళాశాలకు బయల్దేరారు.

రామ్ కళ్ళలో సితని చూడలేదు అన్న నిరాశ బాగా తెలుస్తుంది ఎప్పుడు ఉత్సాహంగా బైక్ నడిపే రామ్ శివ చేతికి బండి తాళాలు ఇచ్చి నడపమన్నాడు చిన్న బోయిన గొంతుతో నిరాశగా.

రామ్ బాధని అర్ధం చేసుకున్న శివ ఇంకా పదినిమిషాలు ఉంది కదా లేట్గ వస్తుందేమో పరీక్షకి నువ్వు దిగులు పడకు మామా అన్నాడు శివ.

ఇక రామ్, శివలు పరీక్షా కేంద్రమైన పద్మావతి కళాశాలకు ఆఖరి నిమిషాన చేరారు .

పరీక్ష మూగించుకున్న రామ్,శివలు బుల్లెట్ వేగంతో సితను చుడాలన్న ఆశతో గాలికన్న వేగంగా లయోల డిగ్రీ కళాశాలకు చేరారు .

Chapter 3

అప్పుడె పరీక్ష ముగించు కున్న విద్యార్థులు బయటికి వస్తు ప్రశ్న పత్రంని గాలికో ఎగర వేస్తూ ఆనందంగా వస్తున్నారు వారిలో సీతని గబగబ రామ్ కళ్ళు వెతుకుతున్నాయి.

దాదాపు అందరు విద్యార్థులు బయటికి వచ్చేసారు రామ్ కి సీత కనిపిచలేదని చాల దిగులుగా ఉన్నాడు.

ఒక్కసారిగా రామ్ కళ్ళు నక్షత్రులులా మెరిసాయి సీత ప్యాడ్ని గెట్టిగా తన రెండు చేతులతో పట్టుకొని లయోల డిగ్రీ కళాశాల గేట్ నుండి బయటికి వస్తుంది.

శివ కూడ సీత రావడం గమనించి రామ్ వైపు చూశాడు రామ్ ఆనందంకి హద్దులు లేవు క్షణంక్రితం వరకు వాడిపోయి ఉన్న రామ్ మొహం కాంతులని వేదజిల్లుతుంది.

శివ రామ్ ని భుజం మీద తట్టి వెళ్లి నీ ప్రేమ విషయం చెప్పు అన్నటు సైగ చేసాడు.

రామ్ కూడ సరే అన్నట్టు తలూపాడు

రామ్ సీత వైపు నడక మొదలు పెట్టాడు అంతలో సీత దగ్గరికి చేతిలో రోజా, గ్రీటింగ్ కార్డ్ తో తెల్లగా పొడవుగా కళ్ళజోడు పెట్టుకొని రింగుల జుట్టుతో చూడడానికి హ్యాండ్సమ్ గా ఉన్న ఒక వ్యక్తి వచ్చి సీత ని అడ్డుకున్నాడు.

సీత అతని వైపు ఎవరు నువ్వు ? అన్నట్టు చూసింది

ఆ పొడపైన వ్యక్తి, హాయ్ !! నేను రెవి అని తనని తానే పరిచయం చేసుకున్నాడు

సీతా తనకి తెలిసిన వాళ్ళు ఎవరైనా ఉన్నారా అన్నటు తల తిప్పి చుట్టూ చూసింది ఇది అంత రామ్ మరియు శివలు చెట్టు చాటున నించోని గమినిస్తున్నారు.

సీత రేవి వైపు చూసి , "సో వాట్" అంది గెట్టిగా

SO,"I LOVE YOU" అన్నాడు రెవి మోకాలు మీద కూర్చొని సీతకి రోజా ఇస్తు.

సీత రోజాని తీసుకుంది,సీత మొహంలో ఎటువంటి ఎక్స్ప్రెషన్ లేదు.

రేవి పైకి లేచి గ్రెటింగ్ కార్డ్ కుడా ఇచ్చాడు

నవ్వుతు సీతతో "కాబట్టి మీరు కూడా నన్ను ప్రేమిస్తున్నారని నేను అనుకుంటున్నాను అన్నాడు ?" ప్రశ్నార్ధకంగా

ఇది అంతా చెట్టు చాటు నుండి చూస్తున్న రామ్ గుండెల్లో రైళ్లు పరిగెడ్తున్నాయి

శివకి మాత్రం రెవిని ఉతికిఆరెయ్యాలన్న అంత కోపంతో రెవి వైపు చూస్తున్నాడు కళ్ళు పెద్దవి చేసి

సీత గ్రీటింగ్ కార్డ్, రోజా ని రెవి మోహన విసిరి కొట్టి చెంప చెల్లు మనిపించడమే కాకుండ రెవిని తిట్టడం మొదలు పెట్టింది

రెవి, తల భూమిలోకి వెళ్లిపోయేల వాల్చాడు

ఇది అంత గమనిస్తున్న రామ్ కి,సీతతో తన ప్రేమ ని తెలియచేయాలి అని కుడకట్టుకున్న ధైర్యం, విశ్వాసం ఒక్కసారిగా ఆవిరి అయిపోయాయి ..

సీత తన సైకిల్ ఎక్కి ఇంటికి బయలుదేరింది

సీత కి కాస్తా దూరం పాటిస్తు రామ్, శివలు మోటార్ బైక్ మీద వెళ్ళసాగారు

రామ్ కళ్ళలో సీత రెవి ప్రపోసల్ తిరస్కరించిందన్న సంతోషంకంటే, ఇంక తను సీతని మళ్ళీ కలుస్తానా ? సీతకి తను ప్రేమ గురించీ చెప్పలేక పోయాను అన్న బాధ తన మదిని కమ్మేసింది !!!!!

Chapter 4

పరీక్షలు అయిపోయాయి రామ్ శివలు చెన్నై లోని మహేంద్ర వర్మ యూనివర్సిటీలో బి.టెక్ సివిల్ ఇంజనీరింగ్ లో చేరడానికి వాళ్ళ కుటుంబసభ్యులు అన్నీ ఏర్పట్లు చేసేసారు .

సెలవులసందడిని , బి.టెక్ ఏర్పాట్లుని అటుఉంచి ఎప్పుడు సీత ఆలోచనలతో,సీత జ్ఞాపకాలతో వీలు దొరికినప్పుడంత సీత ఊరు అయిన సీతాపురం కి వెళ్ళీ సీతని దొంగ చాటుగా చూసి వస్తూ గడుపుతున్నాడు రామ్.

సెలవలు అయిపోయాయి రామ్,శివల ప్రయాణం కోసం అన్నీ సిద్ధం చేసారు రామ్ నాన్న గారు అయిన వెంకటపతి గారు రామాపురం రైల్వే స్టేషన్ నుండి చెన్నై కి రైలు టిక్కెట్టు కుడా బుక్ చేసారు.

చుట్టుపక్కల 10 ఊర్లకిగాను రామాపురం రైల్వే స్టేషన్ ఒక్కటే ఎవరు చెన్నైకి వెళ్ళాలన్న రామాపురం నుండి రైలు ప్రయాణంకె ప్రాధాన్యత ఇస్తారు .

రామ్ తల్లి అంజనమ్మ రామ్ కోసం పలారాలు అన్నీ సిద్ధం చేసి పెట్టింది. సరిగ్గా సమయం 6 శీతాకాలం కాడంతో అప్పుడె చీకటి పడిపోయింది రైలు రామపురంకి 7 గంటలకు వస్తుంది అని తెలిసిన రామ్ తండ్రి వేంకటపతిగారు నౌకర్లకి రామ్ సామాను కారుడిక్కిలో పెట్టమని ఆధేశించారు .

నౌకర్లు వేంకటపతి గారి ఆజ్ఞని శిరసావహిస్తూ బ్యాగ్లు కార్ డిక్కీలో సర్దుతున్నారు

అంజనమ్మకి రామ్ ని దూరంగా పంపడం ఇష్టం లేకపోయిన పైకి నవ్వుతూ రామ్ కి జాగ్రత్తలు చెప్తుంది.

రామ్ కి అమ్మని విడిచి వెళ్ళడం అదేమొదటసారి కాడంతో మొహం దిగాలుగా పెట్టుకొని అమ్మ మాటలు వింటున్నాడు , అంతలో ట్రింగ్ అని ఫోను మోగింది

అంజనమ్మగారు వెల్లి ఫోన్ తీసి “హలో!! ఎవరు ” అన్నారు బాధని అంత వరకు ఆపుకున్నా గోతు కాడంతో గొంతు కాస్త కీచుపోయింది

నేను ఆంటీ శివని ,అన్నడు శివ

ఆఆ చెప్పు శివ,అన్నారు అంజనమ్మ గారు

మెమ్ స్టేషన్ కి బయలుదేర్తున్నాం ఆంటీ,చెప్దాం అని ఫోన్ చేసాను అన్నాడు శివ

ఆఆ శివ మీ అంకుల్ , రామ్ కుడా బయలుదేర్తున్నారు అని చెప్పారు అంజనమ్మగారు

“సరే ఆంటీ!” అని లైన్ కట్ చేసాడు శివ

అంజనమ్మ గారు పెద్దగా బయట ఉన్న వెంకటపతి గారికి వినపించేలా ఏవండి శివ వాళ్ళు బయలుదేరుతున్నారు అని ఫోను చేసారు అంది

ఆఆ!! నువ్వు రామ్ కి జాగ్రత్తలు చెప్పడం అయిపోతే మేముకూడ బయలుదేరుతాం అన్నాడు వేంకటపతి,గెట్టిగా లోపల ఉన్న అంజనమ్మకి వినిపించేలా

ఆఆ అయిందిలే అని,గోనుగుతూ బిడ్డా మొహాన్ని తడుముతూ జాగ్రత్త రామ్ అంది అంజనమ్మ

రామ్ మొహం దిగాలుగా పెట్టుకోని ఊ! అని సమాధానం ఇచ్చాడు

రామ్, అంజనమ్మ ఇద్దరు ఇంట్లోంచి బయట ఉన్న కారు దగ్గరకి వచ్చారు

అప్పటికే వెంకటపతి గారు కారు స్టార్ట్ చేసి రెడీగా పెట్టి ఉన్నారు రామ్ కారులోకి ఎక్కి కూర్చోడంతో కార్ మొదలు పెట్టాడు వెంకటపతి ,

రామ్ కారు కిటికీలోంచి అంజనమ్మ గారి వైపు చూస్తూ బాధతో చేయి పైకన్నాడు

కార్ కాంపౌండ్ గేట్ దాటే వరకు జాగ్రత్త అంటూ, టాటా అంటూ అంజనమ్మ గారు చేయి ఊపుతున్నారు

కారు గేటు దాటిన వెంటానే అంజనమ్మ గారికి అప్పుడువరకు గొంతులో దాచుకున్న బాధ అంతా ఒక్కసారిగా బయటికి ఏడుపు లాగ వచ్చేసింది !!!

Chapter 5

రామ్ రైల్వే స్టేషన్ కి చేరేటప్పటికి శివ రైల్వే స్టేషన్ బయట రెడీగా ఉన్నాడు

రామ్ వాళ్ళ కార్ స్టేషన్ గేట్ దగ్గర ఆగడంచూసినా శివ,రామ్ కారు దగ్గరికి వచ్చాడు

శివ,రామ్ కలిసి రామ్ లగేజీని కార్ లోంచి దింపి, ప్లాట్ఫారం మీదకి చేరారు

రామ్ తండ్రిని చూసినా శివ వాళ్ళ నాన్న గారు అయిన నాగేశ్వర్ గారు నమస్కారం వెంకటపతి గారు అన్నారు సంస్కారంగా

నమస్కారం నాగేశ్వర్! అన్నాడు గంభీరం ఐనా గొంతుతో వేంకటపతి

రైలు కూకూకూ!!!!! అంటు కూతపెడ్తూ స్టేషన్లోకి ప్రవేశింస్తుంది,ప్లాట్ఫారం మీద ఉన్న వాళ్ళు అంత గబగబా సామాన్లు చేత పట్టుకుంటున్నారు

రైలు ప్లాట్‌ఫారమ్ మీద ఆగింది !

రామ్ మరియు శివలు తమ బోగీ ఐన s5ని వెతుక్కుంటూ s5 బోగి దగ్గరికి చేరారు

S5 బోగి దగ్గర ఉన్న సీతాపురంకి చెందిన రఘుడు నమస్కారం అండి! అన్నాడు వెంకటపతిని చూసి వినమ్రతతో

ఆఆ!! ఏం రఘుడు,ఏం ఇలా వచ్చావ్ అన్నాడు, వేంకటపతి, వేంకటపతి గొంతు రఘుడు మీద ఆధిపత్యం చెలాయిస్తున్నట్టు ఉంది

బిడ్డకి చెన్నైలోని మహేంద్ర వర్మ యూనివర్సిటీలో బి.టెక్ చదవడానికి ఫ్రీ సీట్ వచ్చింది అయ్య అన్నాడు,మాసిన తువ్వాలని తన రెండు చేతులతో పట్టుకొని వంగినట్లుగ

ఓహో!, అన్నడు వెంకటపతి తల యెగరేస్తు , వెంకటపతి ఓహో అన్న తీరు నీ బిడ్డ ఇంజనీరింగ్ చదువ అన్నట్లు ఉంది

రామ్ శివలు రైలులో తమ బాగ్లు పెట్టడంలో బిజీగా ఉన్నారు

ఏం రఘుడు బిడ్డ పేరేంది? అన్నాడు, వేంకటపతి తన గంభీరమైన గొంతుతో

సీత!! అయ్యా గారూ! అని బదులు ఇచ్చాడు రఘుడు

సీత అని రఘుడు చెప్పిన మాట రామ్ చెవిలో డంఖా మోగినట్టుగా వినిపించింది బ్యాగ్లు సర్దుతున్న రామ్ శివలు ఒకరి మొహాలు ఒకరు చూస్కోని గబగబా బయటికి దిగి వెంకటపతి,రఘుడు దగ్గరికి వచ్చారు

సీత ఒక కాలేజీ బ్యాగ్,కర్రలసంచిలో కొన్ని బట్టలు పెట్టుకొని రఘుడు వెనకాల బిక్కుబిక్కుమని చూస్తూ నించోని ఉంది .

అప్పటికి వరకు అమ్మని వదిలి దిగులుతో వాడిన పువ్వులా ఉన్న రామ్ మొహం సీతను చూసినా వెంటనే సూర్యుని కిరణాల వైపు పొద్దుతిరుగుడు పువ్వు తిరిగినట్టుగా రామ్ మొహం వెలిగిపోతు సీత వైపు తిరిగేసింది ..

వీడు నా బిడ్డ రామ్ చెన్నైలో నీ బిడ్డ జాయినైనా కాలేజీలోనే ఇంజనీరింగ్‌లో చేరాడు అన్నాడు వెంకటపతి గర్వంగా రఘుడుతో

రేయ్ రామ్ మన ఊరి పక్కన ఊరి ఆడబిడ్డ ఏమైన కావలి అంటే చూసుకో అన్నాడు వెంకటపతి రామ్ తో ఆదేశించినట్టుగా

ఆలాగే నాన్న గారూ!అని బదులు ఇచ్చాడు రామ్ చాల గౌరవంగ

ధన్యవాదాలు అయ్యా!, అన్నాడు రఘుడు కృతజ్ఞత భావంతో

ఇంతలో రైలు కూ!!! అంటు కుత పెట్టింది

రామ్, శివ , సీత ట్రైన్ ఎక్కారు ముగ్గురు తలుపులో నించోని ప్లాట్ఫారం మీద ఉన్న వెంకపతి గారికి ,రఘుడుకి,నాగేశ్వర్ గారికి టాటా చెప్తూ చేతులు ఊపుతున్నారు ...

Chapter 6

శివ సీతతో నీ సీటు నెంబర్ ఎంత అని అడిగాడు

సీత తన చేతిలోని టికెట్ ను శివకి ఇచ్చింది ,బిక్కుబిక్కు మంటూ

సీతకి అదే ఒంటరి రైలు ప్రయాణం అని శివకి అర్థమైంది , సీత సీటు సంఖ్య 62

రామ్ నువ్వు సీత వెళ్లి మన సీట్లో కూర్చోండి నేను వెళ్లి సీత సీటు మార్చడం గురించీ tc గారిని కనుక్కొని వస్తాను అని అన్నాడు

రామ్ సరె అన్నట్లు తల ఊపాడు .

రామ్ సీతను వెంట పెట్టుకొని వారి సీటు దగ్గరికి తీసుకొని వెళ్ళాడు.సీత రామ్ 16,17 సంఖ్య ఐనా శివ రామ్ ల సీట్లల్లో కూర్చున్నారు తమ పక్కన 15వ సంఖ్య వారు ఒక మధ్య వయస్సు సుమారు 30 ఏండ్లు వయస్సు గలిగిన మగవారు.

రామ్ అతనితో మేము ముగ్గరం కలిసి ప్రయాణం చేస్తున్నాం మీరు ఏమి అనుకోకపోతే కాస్త 62వ సీటులోకి మారుతార అని అడిగాడు.

అతను 62 అంటే కింద బెర్తేనా! అని అడిగాడు రామ్ ని

అంతలో అక్కడికి వచ్చిన శివ కాదండి పై బెర్త్ అన్నాడు వెనక నుండి

ఆ మధ్య వయసు వ్యక్తి శివ వైపు తల తిప్పి చూసి,పై బెర్త్ ఆ!! పై బెర్త్ అయితే నాకు కష్టం అండి అసలే నా కాలు బెణికింది అని బెణుకుడు కట్టుని చూపించాడు అతను .

ఇంకా అటూ ఇటు ఉన్న వారిని అడిగిన వారు కూడ మేమ్ కుటుంబం మొత్తం కలిసి ప్రయాణం చేస్తున్నాం అని చెప్పడంతో

రామ్ నువ్వు సీత ఇక్కడ కూర్చోండి నేను సీత సీటులో కూర్చుంటా, tc గారు కూడా మారడానికి ఒప్పుకోలేదు మహా మొండోడిలా ఉన్నాడు అని చెప్పాడు,రామ్ వైపు చూస్తూ శివ.

ఏం సీత నీకు OK కదా , అన్నాడు శివ సీత వైపు చూస్తూ

OK! అని , తన దిగులుగా ఉన్న గొంతు పలికింది

శివ సీత సీటు లోకీ వెళ్ళిపోయాడు.

రామ్, సీత ఎదురుఎదురుగా ఉన్నారు రామ్ సీతని చూడడం ఎక్కడ సీత చూసేస్తుందో అన్నట్లు చూస్తున్నాడు,రామ్ కి తన జీవితంలో ఎప్పుడు అనుభవించనంత ప్రశాంతత,తనికి సీత తప్పా ఇంకెవరు కనిపించట్లేదు.సీతని చూడడానికే తన కళ్ళు ఉన్నాయి అన్నట్లుగా సీతను తన కళ్ళలో నింపేసుకున్నాడు ఆ కిటికీలోంచి వచ్చే గాలికి ఎగురుతున్న ముంగురులని సీత తన వెళ్ళతో పక్కకి జరుపుతుంటే ఆ క్షణం రామ్ మనసు పులకరిచ్చిపోయింది !

రామ్! అని పిలిచింది సీత తన సుతిమెత్తని గొంతుతో

రామ్ పలకలేదు

రామ్! రామ్! అనింది రామ్ భుజం కదుపుతూ సీత

ఆఆ ! అన్నాడు ఉలిక్కిపడినట్లు, అప్పటి వరకు ఆనందగ విహరిస్తున్న రామ్

దాహంగ ఉంది నీళ్లు ఉన్నాయ, అనింది సీత

ఆఆ!! ఉన్నాయిగ అంటూ తన బ్యాగ్ లోని వాటర్ బాటిల్ బయటికి తీసి సీతకి ఆ బాటిల్ని ఇచ్చాడు రామ్

సీత అర్ధంకానీ మొహంతో ఆ బాటిల్ వైపు చూస్తుంది !

తిస్కో సీత అన్నాడు,రామ్ బాటిల్ని సీత చేతిదగ్గరికి అందిస్తూ

సీత బాటిల్ తీస్కొని బాటిల్ ఉంది వాటర్ ఏవి అని నవ్వుతు అంది.

తన నవ్వు విరగ కాసిన పండు వెన్నెలని మించి పోయింది ఆ నవ్వును చూస్తూ రామ్ తనని తాను మైమరచిపోతు అయ్యో నీళ్ళు లేవు, శివ దగ్గర ఉంటాయి వెళ్లి తీస్కొని వస్తా అని వెళ్ళాడు .

వెళ్లి శివ దగ్గర బాటిల్ అడిగి తీసుకున్నాడు రామ్

రేయ్ రామ్ ఏమంటుంది సీత ఏమైనా మాట్లాడవా అని అడిగాడు,శివ ఆత్రుతగా

ఎక్కడ తన అందం నా కళ్ళతో పాటు నా నోటిని కూడా కట్టేసింది అని చెప్పాడు రామ్ ప్రశాంతం గా

అరేయ్ ఇదే మంచి ఛాన్స్ తనతో ఫ్రెండ్షిప్ చేస్కో ఎలాయినా మనకాలేజీయే కదా ఇక తరువత ఎలాగోలా నీప్రేమ ని చెప్పచ్చు,అన్నాడు శివ

ఆ!! అన్నట్లు తలూపాడు రామ్

పలకవేంటి రా అని, గెట్టిగా అన్నాడు శివ

సరే రా తాను వాటర్ అడిగింది నీ బాటిల్ తీస్కొని వెళ్తున్న అని శివ బాటిల్ తీస్కొని వెళ్ళాడు రామ్

వెళ్లి చూడగా సీత కనిపించలేదు తన బ్యాగ్ కూడా లేదు ,ఆ కాలికి కట్టుతో ఉన్న మనిషి కూడ లేడు చుట్టు పక్కన వాళ్ళని అడిగాడు మేం చూడలేదు బాబు అంటున్నారు అందరు,రామ్ కి కంగురులో ఏంచెయ్యలో అర్ధం అవ్వక పరిగెట్టుకుంటూ శివ దగ్గరికి వెళ్లి , టెన్షన్ పడ్తూ శివ శివ అని రొప్పుతు సీత సీత అన్నాడు రామ్

ఆ సీత చెప్పురా అన్నాడు శివ,ఆత్రుతగా భయంగ రామ్ కంగారు చూసి

సీత కనిపించట్లేదు రా, ఆ కట్టుతో ఉన్న అతను కూడ. నాకు చాల కంగారుగా ఉంది రా అసలే మా నాన్న గారు తననని దగ్గర ఉండి చూస్కో అన్నాడు అని చెప్పాడు రామ్ కంగారుగ

భయపడకురా పెళ్లి చూద్దాము పద అని, రామ్ శివలు 16 నంబర్ సీటు దగ్గరికి భయలుదేరారు కంగారుగా.

Chapter 7

రామ్ శివలు కంగారుగా చెరోవైపు వెళ్లి అన్నీ బోగీలు వెతకసాగారు.

శివ s5 నుండి s12 వరకు అన్నీ బోగీలు వెతికేసి రామ్ కి కాల్ చేసి,మావా సీత కనిపించలేదురా అని చెప్పాడు ఆ గొంతు లో నిస్సహాయత కొట్టొచ్చినట్లు తెలుస్తుంది

రామ్ s5 నుండి s1 వరకు వెతకడం మొదలుపెట్టగ చివరి ఆఖరి బోగీ ఐనా ఎస్1 మాత్రమే మిగిలి ఉంది మిగిలిన అన్ని బోగీలు వెతికేసారు. రామ్ కళ్ళు నీటి పొరలతో నిండిపోతున్నాయి కళ్ళు మసక అయిపోతున్నాయి అప్పుడే ఎవరో బ్యాగ్ మరియు సంచిని చేత పట్టుకొని కంగారుగా వస్తుండడం కన్నీటితో నిండిన రామ్ కళ్ళకి మసకగా కనిపించింది రామ్ కళ్ళు తుడుచుకొని చూడగ అది మరి ఎవరో కాదు సీత రామ్ ఉన్నపలానా పరిగెడుతూ సీత దగ్గరికి వెళ్ళాడు

హడావిడి గా ఉన్న సీత వైపు , కంగారుగా చూస్తు ఎక్కడికి వెళ్ళిపోయావ్ సీత అని అడిగాడు రామ్ సీత చేతిలోని సంచి తిస్కుంటు

ఆ దొంగ వెధవకి కాలు బాసే ఉంది నువ్వు వాటర్ కోసం శివ దగ్గరికి వెళ్ళిన సమయం చనువుగా తీస్కోని నా కర్రలసంచి తీసుకొని పరిగెట్టాడు నేను వాడి వెంట దొంగ దొంగ అని పరిగెట్టాను ఎస్1 బోగిలో కొందరు ఆ దొంగ వెదవని అడ్డుకొని నా సంచి నాకు ఇప్పించారు ఇదిగో తీసుకొని వస్తున్నా, అని కర్రలసంచి చూపిస్తూ రామ్ వైపు చూస్తూ అనింది సీత

ఉఫ్ఫ్, కంగారూ పెట్టేసావ్ సీత అని, ఊపిరి వదులుతు అన్నాడు రామ్

రామ్ శివకి ఫోన్ చేసి సీత కనిపించింది నువ్వు మన సీటు దగ్గరికి రా మేము వస్తున్నాం అని చెప్పాడు

ఆఆ వస్తున్నా ,అన్నాడు శివ

రామ్ సీత వచ్చి 16,17 సీట్లలో కూర్చున్నారు ,శివ కుడా వచ్చి ఆ కాలు విరిగిన వాడి సీటులో కూర్చున్నాడు

జూన్ నెల కాడంతో సూర్యుడు కాస్త చల్లబడి, ఓవర్ టైమ్ డ్యూటీ చేయకుండ కాస్త త్వరగానే డ్యూటీ ముగించి ఇంటికి వెళ్ళడంతో,చంద్రుడికి తొందరగా షిఫ్ట్ పడడంతో ట్రైన్ లో లైట్స్ అన్ని ఆన్ చేసారు ప్రయాణీకులు.

నీకు ధైర్యం ఎక్కువే సీత, వాడి వెనుక పరిగెట్టావ్ ఏం ఉన్నాయి అంత ముఖ్యమైనవి అందులో అని కర్రల సంచి వైపు చూస్తూ అన్నాడు రామ్

సీత ఏం జవాబు ఇస్తుందా అన్నటు చూస్తున్నాడు శివ సీత వైపు

సీత నవ్వి ఏం ఉన్నాయ్ బట్టలే అని అనింది కర్రలసంచిని వొడిలో కాస్తా దగ్గరికి లాక్కుంటు

రామ్ శివలు ఒక్కసారిగా విరగబడి నవ్వడం మొదలు పెట్టారు

బట్టల కోసమా సీత అంతగా పరిగెత్తి తిరిగి తెచ్చుకున్నావ్ అన్నాడు శివ సీత వైపు చూస్తూ

రామ్ నవ్వుతూ సీత వైపు చూస్తూ ఉన్నాడు

బట్టలే అని తీసి పడేయనక్కర్లేదు నాకు ఇంటి దగ్గర ఉన్న బట్టలు అన్నీ ఈ కర్రలసంచిలో పెట్టి తెచ్చుకున్న ఇవి పోతే కష్టం అని నవ్వుతున్న వాళ్ళ వైపు చూస్తూ కాస్త బిగ్గరగా అనింది సీత

sorry సీత అన్నారు ఒకేసరి రామ్ శివలు,సీత వైపు చూస్తూ చాల తగ్గు స్వరంలో

శివ నీ బ్యాగ్ కూడా ఇక్కడ్కి తెచ్చుకో ఎవరైనా తీస్కొని పోతారు అని అనింది సీత

ఆ నిజమే అని అంటూ బ్యాగ్ కోసం వెళ్ళాడు శివ

శివ బ్యాగ్ తో తిరిగి వచ్చి సీటు నంబర్ 15 అదే ఆ దొంగ సీటులో కూర్చున్నాడు

సమయం 8:30 కావస్తుంది, సీత తిందామా ఆకలిగ ఉంది అన్నాడు శివ పొట్ట మీద చేయి పెట్టుకొని

తిందామా సీత అన్నాడు రామ్

సీత సంచిలోంచి పండు మిరపకాయల పచ్చడి అన్నం డబ్బా తీసి బయట పెట్టింది,రామ్ పులిహోర డబ్బా తీసి బయట పెట్టాడు,శివ పెరుగుఅన్నం డబ్బా తీసి బయట పెట్టాడు

ముగ్గురూ ఒకరి తరువాత ఒకరు వెళ్లి చేతులు కడుక్కొని వచ్చి తినడం ప్రారంభించారు.

చాల బావుందీ సీత అన్నాడు రామ్ సీత అన్నం తింటూ

అబ్బ అమృతం అన్నాడు సీత పచ్చడి అన్నం తింటూ ఇది మొత్తం నాకే కా వాలి అని అన్నాడు ఆశగా శివ

రామ్ నాకు కూడ సగం అన్నాడు వెంటనే

సీత నవ్వుకుంటుంది వాళ్ళని చూస్తూ.

సరే రామ్ అన్నాడు శివ.

భోజనం ముగిసేటప్పటికి సమయం 9 అయిపోయింది

ట్రైన్ మిరాజ్‌నగర్లో ఆగింది ఒక 18,19 వయస్సు గల వ్యక్తి 15వ నెంబర్ సీటు వైపు వచ్చి హలో excuse me ఈ సీటు నాది అన్నాడు శివతో

ఓహ్ మీదేనా, కొంచం ఏం అనుకోక పోతే సీట్ నంబర్ 62కి మారుతార, అంటే ముగ్గురం కలిసి ప్రయాణం చేస్తున్నాం అన్నాడు రామ్ సీతలను చూపిస్తూ రిక్వెస్ట్ గా శివ

NO , అని పొగరుగా అన్నాడు ఆ వ్యక్తి

సరే అండి అని లేచి శివ ఆ సీటుని ఆ వ్యక్తికి ఇచ్చాడు

సీత ఏంటి ఆ పొగరు అని గొనిగింది .

రామ్ సీత మీరు ఇక్కడ ఉండండి నేను 62 లోకి వెళ్తాను అని అన్నాడు శివ

శివ నీకేం పర్లేదు కదా మిమల్ని బాగా ఇబ్బంది పెట్టేస్తున్నా అని అనింది సీత శివ రామ్ ల వైపు చూస్తు కాస్తా దిగులుగ

ఐయో అదేం లేదు సీత పక్కన ఊరి అమ్మాయివి నాన్నగారు దగ్గర ఉండి చూసుకో అని మరీ చెప్పారు నువ్వేం ఇబ్బందిగ ఫీల్ అవ్వకు అన్నాడు రామ్ వెంటనే

అవును నువ్వేంఇబ్బందిగ ఫీల్ అవ్వకు మనం అంతా ఫ్రెండ్స్ కదా అన్నాడు శివ

ఉమ్మ్!! అని అనింది సీత

ఏం మేము నీ ఫ్రెండ్స్ కాదా అన్నాడు శివ వెటకారంగ

రామ్ సీత వైపు చూస్తూ ఉన్నాడు

అవును, ఫ్రెండ్స్ అని శివకి మరియు రామ్ కి షేక్ హ్యాండ్ ఇచ్చింది సీత

మొదటిసారి సీత స్పర్శ రామ్ కి తనని ఈ లోకాన్ని మర్చిపోయేల చేసింది ఒక్కసారిగా ఒళ్ళంతజివ్వుమని కరెంటు పాస్ అయినట్టు అనిపిస్తోంది తను ఈ లోకంలో లేనేలేడు ఆనంద వీధులలో విహరిస్తు, సంతోష వనంలో ఎగిరి గంతులు వేస్తున్నాడు.

రామ్ రేయ్ రామ్ అని అన్నాడు శివ గెట్టిగా

ఆ , అని శివ వైపు చూశాడు రామ్

రామ్ కళ్ళు నక్షత్రాలలా మెరిసిపోతున్నాయి రామ్ మొహం వెలిగిపోతుంది

నేను 62 లోకి వెళ్తున్న మీరు పడుకోండి ఆలస్యం అయింది ఏమైనా ఉంటె కాల్ చేయి రామ్ గుడ్ నైట్ సీత అని చెప్పి శివ వెళ్లిపోయాడు ..

Chapter 8

బోగి మొత్తం లైట్లు ఆఫ్ అయిపోయాయి ఆ చీకటి లో కిట్కి పక్కన కూర్చొని ఉన్న సీత మొహం చంద్రుడు వెన్నెలకి బాగా బ్రైట్ గా కనిపిస్తుంది రామ్ కి.

కిటికీలోంచి వచ్చే చల్ల గాలికి సీత తన కర్రల సంచి లోంచి సేల్వ తీసి తన చుట్టు కప్పుకొని కూనిరాగం తీస్తూ గాలికి తన మొహం మీద పడుతున్న జుట్టుని అలా తన చెవి వెనుక పెట్టి తలకింద చెయ్యి పెట్టుకొని కిటికీ వైపు తలవాల్చి బయట చూస్తూ ఉంది.

సీతని అంత దగ్గరగ చూస్తున్న రామ్ ఈ లోకాన లేసేలేడు సీతని చూస్తు,రామ్ కి సీత తీసే కూనిరాగం తప్పా ఏమి వినపడడం లేదు గాలికి ఊగుతున్న సీత జుమ్కాలు, కాటుక దిద్దిన సీత కళ్ళు రామ్ కళ్ళని కట్టి పడేసాయి.

రామ్ నిద్ర వస్తుంద పడుకుందామా అని తన మృదువైన స్వరంతో అనింది సీత

లేదు సీత నువ్వు పడుకుంటావ? అని అడిగాడు రామ్

లేదు రామ్ నిద్ర పట్టట్లేదు అని తిరిగి సమాధానము ఇచ్చింది సీత

సీతది రామ్ ది 15,16 దిగువ మరియు ఎగువ బెర్త్ లు కాడంతో బోగి లో అందరు పడుకున్నా రామ్ సీత మాత్రమ్ అలానే కూర్చోని ఉన్నారు

రామ్ ఈ సీటు వేస్కుందామా కాళ్ళు నొప్పులు గా ఉనై అని అడిగింది సీత

సరే సీత అని 15 సీట్ని బెర్త్ లాగ అమర్చారు

సీత కాళ్ళు చాపుకొని కూర్చుంది

ఇంకా భయం పోలేద సీత అని అడిగాడు రామ్

అవును రామ్ ఇంకా ఆ దొంగనె నా కళ్ళ ముందు మేదలాడుతున్నాడు అసలే మొదటి ఒంటరి రైలు ప్రయాణం ఎలానో ఆ దేవుడి దయ వల్ల మీరు ఇదే రైలులో ఉండడం ఒకే కాలేజీ జాయిన్ అవ్వడం ఒకరకంగ నా అదృష్టం అనుకోవాలి అనింది సీత .

మేం ఉన్నాం కదా సీత ఏం భయం లేదు నీకు కావాల్సినవి దగ్గర ఉండి చూస్కోమని మరి చెప్పారు మా నాన్న గారు ఏం భయపడకు అని బదులు ఇచ్చాడు రామ్.

సీత ఎడమ కాలికి ఉన్న నల్ల దిష్టి తాడు,చేతికి ఉన్న వేంకటేశ్వర స్వామి వారి దారం చూసిన రామ్ సీతతో నీకు దైవ భక్తి ఎక్కువ అనుకుంట సీత అని అడిగాడు

అవును రామ్ చాలా, చినప్పుడు నుండీ అమ్మకి ఉన్న దైవ భక్తి వల్ల నాకు అలా వచ్చేసింది అనింది సీత

నీకు నిద్ర వస్తే పడుకో రామ్ అని అనింది సీత

లేదు సీత రాడం లేదు అని చెప్పాడు రామ్

మనం ఒకే కాలేజీ ఐన ఎప్పుడు మాట్లాడుకోకపోడం ,మళ్ళి ఇలా ఓకే కాలేజీ లో b.tech జాయిన్ అవ్వడం అంత విడ్డూరంగ ఉంది రామ్

నాకు చాలా సంతోషం గా ఉంది అని మనసలో అనుకునే మాట బయటికి అనేసాడు రామ్ పొరపాటున రామ్ గుండె రైలుకంటే వేగంగా కొట్టుకుంటుంది తన గుండె చప్పుడు తనకే వినపిస్తుంది సీత ఏమంటుంది అన్న భయంతో మొహం రూపం మారిపోయింది రామ్ కి

ఏదో చెప్తున్నావ్ రామ్ ట్రైన్ కూతలో అని అనింది సీత

రామ్ ఒక్కసారిగా ఊపిరి పిల్చుకున్నాడు ఉఫ్ అని ఊపిరి వదిలి కుదిటపడ్డాడు.

ఏంలేదు సీత అవును అంటున్నాను అని బదులు ఇచ్చాడు

సీత కి ఆ చల్ల గాలికి కునుకు పట్టేసిది ,

రామ్ తననే చూస్తూ,మనసులో అనుకుంటున్నాడు సెలవులలో రైలు ఎక్కినప్పుడు అంతా నీ ఆలోచనలే సీత నేను దేవుడిని నమ్మను బహుశా నువ్వు అన్నటు ఆ దేవుడే ఇది అంత చేసి ఉంటె నన్ను నిన్ను కుడా ఆయనే కలుపుతాడు అనిపిస్తోంది MATHS LECTURER INTRODUCE YOURSELF TO CLASS అని అడుగుతున్నప్పుడు మొదటిది పరిచయం నా పేరు సీత నేను సీతాపురం నుండి వచ్చాను అని నువ్వు చెప్పిన మాటలు,నీ రెండు జెడలు,నీ స్కై బ్లూ కలర్ చుడిధార్ ఇంకా నాకు జ్ఞాపకం. ఆ చుడిదార్లో ఎంతో అందం గా అనిపించావ్.

ఓ ఆ సీతా నువ్వేనా TOPPER OF THE TOWN GIVE HER A BIG ROUND OF APPLAUSE అని సార్ అన్నారు అందరికంటే పెద్దగా చప్పట్లు మోగించాను అని జ్ఞాపకాలను నెమర వేసుకుంటూ సీత వైపే చూస్తూ ఉన్నాడు రామ్

సీత కి బాగా నిద్ర పట్టేయడంతొ తన కాలు ఒకటి జారుతూ బెర్తీ కి అవతల పడిపోడం గమనించిన రామ్ ఆ కాలుని జరిపి తన కాళ్ళని అడ్డుగా పెట్టాడు

రామ్ సీత గొలుసుతో ఆడుకుంటూ అలానే నిద్రపోయాడు .

తెల్లవారుజామున 7:30 సూర్య కిరణాలు రామ్ సీతల చెంపల మీద పడుతూ వారిని నిద్ర లేపాడానికి సూర్యుడు తెగప్రయాత్నిస్తున్నాడు సీత లేచేసింది కాని రామ్ లెయ్యలేదు ఇంకా తన కాళ్ళని అటు వైపు

పెట్టుకొని ఆ కాళ్ళ మీద చేయి పెట్టుకొని పడుకొని ఉన్న రామ్ పసిబిడ్డలాగ అనిపించాడు సీతకి

కాఫీ కాఫీ అంటూ కాఫీ అతను అరుస్తూ వస్తున్నాడు ఆ శబ్దానికి కదిలిన రామ్ ని చూసిన సీతా ఆ కాఫీ అబ్బాయికి ఉష్ అని తన పెదవుల మీద చూపుడు వేలుని ఉంచి చూపించింది సీత

ఆ కాఫీ అబ్బాయి నిశ్శబ్దం గా సీతని దాటేశాడు

ఒక 15నిమిషాలైన తరువాత శివ రామ్ సీత ల దగ్గరికి వచ్చాడు ఆ ఇద్దరినీ అలా చూసిన శివకి చాలా ముచ్చటేసింది

రే రామ్ అని భుజాన్ని ముట్టుకోబోతున్న శివ చేతిని అడ్డుకుంది సీత

పడుకోని శివ రాత్రి నాకు భయంగ ఉందనో ఏమో చాల సేపు మేల్కొని ఉన్నాడు నేను మధ్యలో నిద్ర లేచి అలా చూసి పడుకోమని చెప్పిన నువ్వు పడుకో సీత నాకు నిద్ర రావట్లేదు అని అన్నాడు ఎప్పుడు పడుకున్నాడో ఏమో

రామ్ గురించి సీత తీసుకుంటున్న జాగ్రతలు చూసిన శివకి రామ్ అమ్మ గారైన అంజనమ్మ గారు గుర్తొచ్చారు సీతలో అంజనమ్మ గారు కొట్టొచ్చినట్లు కనిపించారు

రైలు చెన్నై స్టేషన్‌లోకి ప్రవేశిస్తుంది కూ!!!! అంటు గెట్టిగా పెట్టిన కూతకి రామ్ ఒక్కసారిగా ఉల్లికిపడి లేచాడు

ఆలా లేచిన రామ్ ని చూస్తూ గుడ్ మార్నింగ్ రామ్!!, అనింది సీత

పొద్దున్నే లేచి లేవగానే సీతని చూడడం,సీత గుడ్ మార్నింగ్ చెప్పడం రామ్ కి ఎంతో సంతోషంగా అనిపించింది ఆ సంతోషం మొహం మీద తెలుస్తుంది

గుడ్ మార్నింగ్ సీతా !!, ఎంత వరకు వచ్చాము అన్నాడు రామ్ కళ్ళు నులుముకుంటూ అప్పుడే లేచిన గొంతుతో

చెన్నై కి దగ్గరలో సార్!! అన్నాడు శివ

రేయ్ నువ్వు కుడా లేచేవా, అని అన్నాడు రామ్

నువ్వే లాస్ట్ అని సీత అనడంతో అందరు పళ్లున నవ్వేశారు

ట్రైన్ ప్లాట్ఫారంలోకి ఎంటర్ అవి ఆగడంతో ప్రయాణికులు అందరూ బ్యాగ్లు సర్దేసి నిలబడ్డారు

అంతలో ఒక గొంతు హాయ్ రామ్ బావా !!,అని వినిపించింది వెనుక నుండీ ....

Chapter 9

రామ్ అలా వెనకకి తిరిగి చూసాడు ఆశ్చర్యంగ

హేయ్ గీతా ! నువ్వు ఏంటే ఇక్కడ అన్నాడు రామ్ ఆశ్చర్యంగా కళ్ళు పెద్దవి చేసి

ముందు ట్రైన్ దిగుదాం పద అన్నీ మెల్లగా చెప్తాను అని సామాను దింపడానికి గీత వాళ్లకి సాయం చేసింది సామాను మొత్తం ప్లాట్ఫారం మీదకి చేరాయి

సీత వైపు చూస్తు,సీతా !! AM I CORRECT అనింది సీత వైపు వేలు చూపిస్తూ గీత

ఉమ్మ్ అని తల ఊపింది సీత

చూశావా ఎలా చెప్పానో అనింది గీత

ఏలా ? అనింది సీత ప్రశ్నార్థకమైన మొహంతో.

 నీ గురించీ నాకు ముందేతెలుసుగ అనింది గీత

అవున ఏలా ?, అనింది సీత కుతూహలంగ

రామ్ మొహాన టెన్షన్

నేనే కాల్ చేసి చెప్పా గీతతో సీత కూడా మనతో పాటు వస్తుందని సీత కుడా మహేంద్ర యూనివర్సిటీలో కంప్యూటర్ సైన్స్ బ్రాంచ్లో చేరిందని అన్నాడు, శివ

ఓహ్ అవునా, నేను సీత అని సీత తనని తానే పరిచయం చేస్కుంది .

గీత అని ఒకరిని ఒకరు షేక్ హ్యాండ్తో పరిచయం చేసుకున్నారు.

ఇది చూస్తూ శివ చెవిలో THANKS మావా కాపాడావ్ అన్నాడు రామ్

అంతలో సీత,గీతల పరిచయం అయిపోయి ఇద్దరు రామ్ శివలని చూడగ హీ హీ!!! అని నవ్వు ముఖం పెట్టారు ఇద్దరు.

మంచి టిఫెన్ చెయ్యాలి ఆకలి ధంచేస్తుంది అన్నాడు శివ

అవును నాకు కూడ అని సీత అనడంతో అందరూ కలిసి ఉడిపి హోటల్ కి ఉబర్ క్యాబ్ బుక్ చేసారు .

క్యాబ్ రావడం హోటల్ కి చేరడం అన్నీ అయిపోయాయి హోటల్లోని టేబుల్ 2 లో ఆసీనులు అయ్యారు అందరు

బేరర్!అని గెట్టిగా అరిచాడు శివ

బేరర్ వచ్చి, YES సార్ ఆర్డర్ ప్లీజ్ అన్నాడు

నాకు పూరి అన్నాడు శివ,నాకు ఒక మసాలా దోస అనింది గీత,నాకు ఉల్లిపాయ పెసరట్టు అన్నాడు రామ్

సీత మెనూ చూస్తూ ఏంటి ఇంత ఇంత రేట్లు ఉన్నాయ్ అని మెల్లిగా అనుకుంటూ ఉంది

MAM YOUR ఆర్డర్ అన్నాడు బేరర్

సీతా సంకోచం అర్థం చేసుకున్న రామ్ మసాలా దోస అన్నాడు.

రామ్ వైపు చూస్తూ రామ్!!, అని అనింది సీత

నీకు మసాలా దోస ఇష్టం అని నాకు తెలుసు సీత ఎందుకు అన్ని సార్లు చూడడం మెనూ అన్నాడు రామ్

నా దగ్గర అంత డబ్బులూ లేవు రామ్ అనింది సీత మొహమాటంగ,CANCEL చేపించు నాకు ఆకలిగా లేదు అనింది సీత

మేం ఉన్నాం కదా అసలే రామ్ వాళ్ళ నాన్న నిన్ను దగ్గర ఉండి చూస్కోమన్నాడు అనింది గీత నవ్వుతు

ఇది ఎప్పుడు చెప్పావ్ రా అన్నటు చూశాడు రామ్ శివ వైపు

అది మీరు హ్యాండ్ వాష్కి వెళ్లినపుడు అని మెల్లిగా రామ్ చెవిలో గోనిగాడు శివ .

అవును సీత నువ్వు ఎక్కడ STAY, కాలేజీ హాస్టల్ మాట్లాడారా అన్నాడు శివ

Pg ఏదైనా చూస్కుందాం అని clg హాస్టల్ ఫ్రీ కాదు ఇంకా అందూలో ఫీజు కూడా తగ్గించలేం అన్నడంతో ఇలా అనింది సీత

మరి మీరు ఎలా బావ అనింది గీత రామ్ తో

కాదు అసలు నీకు ఇక్కడ పనేంటి ట్రైన్ దిగక ముందే వచ్చేసి ఉన్నావ్ ఏంటి అసలు అని అడిగాడు రామ్ ప్రశ్నార్ధకంగ

హీహీ నేను కుడా మీ కాలేజీలోనే జాయిన్ అయ్యాను నిన్ను సర్ప్రైజ్ చేద్దాం అని అత్తయ్యని, మావయ్యని నీతో చెప్పొద్దు అన్నాను అని అనింది గీత నవ్వుతూ

మీరు అసలు ... అని రామ్ అంటుండగా రామ్ ఫోన్ మోగింధి రామ్ కాల్ లిఫ్ట్ చేసి ఏంటమ్మ ఇది కుడా ఇక్కడే జాయిన్ అయింది అన్న విషయం నాకు ఎందుకు చెప్పలేదు మీరు అంటున్నాడు రామ్ నిరుత్సాహపడినట్టుగ

హహ!! అది నిన్ను సర్ప్రైజ్ చెయ్యాలి అని చెప్పొద్దు అందిరా ప్రయాణం బాగా జరిగింద

ఆ అమ్మ బాగా జరిగింది

టిఫెన్ చేసారా

ఆ అమ్మ చెయ్యడానికి వచ్చాము

అంతలో రామ్ ఫోన్ లాక్కుంది గీత

ఏంటి అత్తయ్య ఎప్పుడు రామ్ గురించేన నాగురించీ అడగవ

నీకేమె కోడలు పిల్ల నువ్వు ఎక్కడ ఉన్నా నీ చుట్టూ ఉన్న వాళ్లలో ఉత్సాహం నింపేస్తావ్

అది నిజమే అనుకో అనింది గీత నవ్వుతు

జాగ్రత్తే వాడిని నువ్వే జాగ్రత్తగా చూసుకోవాలి అన్నారు అంజనమ్మ దిగాలుగా.

అబ్బా అత్మమ్మ నేను ఉన్న కదా నీ కొడుకుని బానేచూసుకుంటాలే.

అదేనే నా ధైర్యం కూడ

అంతలో గేట్ తీస్తున్న శబ్దం వినిపించి ఫోన్ లో

మీ మావయ్య వచినట్టు ఉన్నారు మళ్ళీ ఫోన్ చేస్తాను అని చెప్పి కట్ చేసారు అంజనమ్మ

అంతలో ఆర్డర్ కూడా వచ్చేసాయి వేడి వేడిగా ఉన్నాయ్ వేడి చల్లారక ముందే పని కానించాలి అన్నాడు శివ చేతులు రుద్దుకుంటూ

మేం నీ అంత ఫాస్ట్ కాదులే శివ మేం మనుషులం మాకు కాలుతుంది మేం మెల్లిగానే తింటాం ఏం సీత అని గీత అనడం తో అందరు నవ్వేశారు

అవును వెక్కిరించినట్టు అనింది సీత శివ వైపు చూస్తూ

మీరు ఎలా కాలేజీ హాస్టల అని అడిగింది సీత అందర్నీ చూస్తూ

ఆ హాస్టల్ కానీ వెళ్లి ఫీజు పే చెయ్యాలి అన్నాడు రామ్

ఓహ్ అలానా అనింది సీత

సీత ఓహ్ లో దిగులు,భయం బాగా తెలుస్తున్నాయి

సీత, శివలు తినడం పూర్తి చేస్కోని హ్యాండ్ వాష్ కోసం వెళ్లారు

నువ్వు చెప్పిన దానికంటే సీత చాల అందంగా ఉంది రా అనింది గీత

నువ్వు మెల్లిగా మాట్లాడవే బాబు వినిపిస్తుందేమో అన్నాడు రామ్ ఎడమ అరచేయి కిందకి అంటూ.

వినిపించదులే బావ ఐనా ఎలా బావ ఇలా నువ్వు భయపడితే

అంటే చెప్తే , అని రామ్ చెప్పబోగా

గీత అందుకోని ఎక్కడ రిజెక్ట్ చేస్తుందేమో అని భయం .., అబ్బ ఇంకా ఎన్ని రోజులు బావ, అనింది గీత తల పట్టుకుంటూ

టైం రానివే చెప్తా అన్నాడు రామ్

వస్తుంది వస్తుంది అనింది గీత

వినింద అన్నాడు రామ్ భయంగా వెన్ను నిటారుగా పెట్టి అప్పటివరకు ఫ్రీ గ ఉన్న వాడు

అబ్బ టైమ్ బావ , అని నవ్వింది గీత

అంతలో శివ సీతలు ఇద్దరు వచ్చారు

ఏంటి నవ్వుతున్నారు అనింది సీత

రామ్ బావ ఇప్పుడే జోక్ చెప్పాడు అనింది గీత నవ్వుతు

అభ్భో నువ్వు జోకులు కుడా చెప్తావా రామ్ !!, మళ్ళీ చెప్పచ్చుగా మేం మిస్అయ్యాము అనింది సీత కళ్లలో ఆశ్చర్యంతో

అదెం లేదు సీత అన్నాడు రామ్

హహ టైం వచ్చినప్పుడు చెప్తాడులే సీత అనింది గీత నవ్వుతు

అబ్బ నేను హ్యాండ్ వాష్ చేస్కోని వస్తా అంటు లేచాడు రామ్

ఉండు వస్తున్నా అని గీత కుడా వెళ్ళింది

రామ్ గీత వచ్చేటప్పటికి డబ్బులూ చాల జాగ్రతగా లెక్కపెడుతూ ఉంది సీత

సీత!!,అన్నాడు రామ్

ఆ !!,

నాది అని డబ్బులు చేతికి ఇవ్వబోంధి సీత

ఉన్నివ్వు సీత తరువాత తీస్కుంటా అన్నాడు రామ్

నేను రాసి పెట్టుకుంటా అని తన బ్యాగ్ లోంచి డైరీ తీస్కోని రాసుకుంది సీత

సరే అని బదులు ఇచ్చి చూస్తూ ఉన్నాడు సీత ని రామ్

అదిగో ఉబెర్ క్యాబ్ వచ్చింది కాలేజీ దగ్గరికి వెళ్లి వద్దాం ఈరోజు ఇనోగ్రాషన్ ఉంది కదా అని అనింది గీత

ఓహ్ అవును కదా అలానే వెళ్లి హాస్టల్ గురించి కుడా మాట్లాడాలి అన్నాడు శివ

నలుగురూ కలిసి క్యాంపస్ కి బయలుదేరారు ...

Chapter 10

ఇనోగ్రాషన్ కార్యక్రమంకి ఏర్పాట్లు అంగరంగ వైభవంగా ఏర్పాటు చేసి ఉన్నారు క్యాంపస్ మెయిన్ గేట్ దగ్గర **WELCOME FRESHERS** అని ఫ్రెషర్స్ కి ఆహ్వానం పలుకుతుంది పెద్ద పోస్టర్ నాలుగు అడుగులు వేసి లోపలికి రాగనే మహేంద్ర విశ్వవిద్యాలయంకి స్వాగతం అని పోస్టర్ ప్రారంభోత్సవానికి ముందుకంటె పెద్ద పోస్టర్ WAY TO AUDITORIUM దారి చూపించడానికే పెట్టినట్టు గా ఉంది ఏటు చూసినా చెట్లు పచ్చదనం చక్కగా నిర్వహించబడింది బ్యాగ్లతో అప్పుడే ఇంజినీరింగ్ జాయిన్ అవ్వడానికి వచ్చిన కొత్త లేత మొహాలు కొంత మందీ విద్యార్థులని వదిలి వెల్తున్న తల్లితండ్రులు, బిడ్డలని విడిచి వెల్తున్నందుకు శోకిస్తున్న తల్లులు,వెల్తున్న తల్లి తండ్రులని చూసి ఏడుస్తున్న మరి కొందరు విద్యార్థులు .

ఇనోగ్రాషన్ 10నిమిషాల్లో ప్రారంభమవుతుంది ఫ్రెషర్స్ దయచేసి ఆడిటోరియం కి రండి అని పెద్దగా గోడలకి అమర్చిన అనౌన్స్ మెంట్ స్పీకర్లు లోంచి వినిపించగా

కొత్త విద్యార్థులు అందరూ అడుగులు మరింత వేగంగ ఆడిటోరియం వైపు కదులసాగాయి.

ఆడిటోరియం బయట పెద్ద హాల్లో బ్యాగ్స్ కౌంటర్ ఏర్పాటు చేసారు అందరు విద్యార్థులు తమ బ్యాగ్లని అక్కడ ఉంచి లోపలికి వెళ్ళ సాగుతున్నారు

1500 సీటింగ్ కెపాసిటీతో కలికిగిన పెద్ద ఆడిటోరియం లోపలికి అడుగు పెట్టగానే జిల్లు మని చల్లదనం ఆహ్వానం పలికింది అందరూ విద్యార్థులు సీట్లలో ఆసీనులు అవుతున్నారు MIDDLE బ్లాక్ 4వ వరుసలోకి వెళ్లి

కూర్చోమనట్టు మాకు ఒక సార్ చెయ్యి చూపించారు నేను,నాకు అటు ఇటు సీత,గీత గీత పక్కన శివ కూర్చున్నాం.

విద్యార్థులు అందరు ఎవరిని వారు పక్క వాళ్ళతో పరిచయం చేస్కుంటున్నారు శివ మాత్రమ్ ఏయ్ అమ్మాయ్ బావుందా అని వెతకడం మొదలు పెట్టాడు.

రేయ్ శివ ఆ అమ్మాయి బావుంది రా అని వేలు చూపించి లోపలకి వస్తున్న అమ్మాయిని చూపించింది గీత.

అవును గీత ఇటే వస్తుంది! మన పక్కకె వస్తుంది! అంటున్నాడు శివ అమ్మాయి వైపు చూస్తూ.

సరిగ్గా వచ్చి ఆ అమ్మాయి శివ పక్కనే కూర్చుంది.

గీతా శివలు ఒకరి మొహం ఒకరు చూసుకుంటున్నారు శివ మొహంలో కంగారు గమనించిన గీత నేను ఉన్న కదా అన్నటు కల్లు మున్కోని తల కిందకి అనింది

హాయ్!, నేను గీత , వీడు శివ, రామ్ మరియు సీత అని గీత ఆ అమ్మాయితో పరిచయం చేసుకుంది

హలో!!, నేను విద్యా అని ఎంతో మృదువైన స్వరంతో చెప్తూ అందరికి షేక్ హ్యాండ్ ఇచ్చింది

శివ తననే చూస్తూ ఉండి పోయాడు

గీత శివ దృష్టి మరల్చడానికి శివని ఎవరు చూడకుండా గిచ్చింది

ఆఔవు !! అన్నాడు శివ

దాంతో అందరు ఒక్కసరిగా శివ వైపు చూస్తున్నారు

విద్యా నవ్వుతుంది అంత మందీ శివనే చూస్తున్నా శివ మాత్రం విద్యా నవ్వుని దర్శించుకుంటూ అలానే చూస్తున్నాడు శివ కళ్లలో ఆనందం

అంతలో లైట్లు ఆఫ్..

Welcome freshers!!!! Mahendra university welcomes YOU అని ప్రొజెక్టర్ స్క్రీన్తో, పెద్ద స్పీకర్లుతో ధ్వని ఒక్కసారిగా అందరి చూపులు ఆ స్క్రీన్ పైపు తిరిగాయి .

ఇంట్రో అయినవెంటనే ప్రిన్సిపాల్ గారు మైక్ తిస్కోని స్టేజ్ మీదకి వచ్చారు. మహేంద్ర యూనివర్సిటీ ఎంచుకున్నందుకు నా హృదయపూర్వక అభినందనలు ఇది దక్షిణ భారతదేశంలోని నం.1 యూనివర్సిటీ మీరు ఇక్కడ చదువుతున్నప్పుడు మరియు మీరు క్యాంపస్ ప్లేస్మెంట్తో క్యాంపస్ నుండి నిష్క్రమించిన తర్వాత కూడా మీ జీవితమంతా ప్రకాశవంతంగా మరియు ఆనందంతో నిండి ఉంటుంది. మేము మహేంద్ర యూనివర్సిటీ మీ భవిష్యత్తుకు పూర్తిగా బాధ్యత తీసుకుంటుంది మరియు మా కాలేజీలో జీరో ర్యాగింగ్ ఉండటం మీ అదృష్టం ఆయన ప్రసంగం pptతో కొనసాగిస్తున్నారు కాలేజీ లోని లైబ్రరీ, తరగతి గదులు అన్నీ చిత్రాలు ప్రసంగం ముంగిస్తు ధన్యవాదములు మీ అందరికి భోజనం ఏర్పాటు చేసాము ప్రతి ఒక్కరు తినాలి మరియు ఎల్లుండి నుండి మీ తరగతులు ప్రారంభమవుతాయి 60% అటెండెన్స్ తప్పనిసరి 60% లేకపోతే మీరు DETAIN చేయబడతారు ధన్యవాదాలు అని ముగించారు (ప్రసంగం మొత్తం ఇంగ్లీష్ లో సాగించారు)

విద్యా నువ్వు కుడా మాతో లంచ్ కి వస్తున్నావ్ కదా అన్నాడు శివ

వస్తుంది కదా ఇప్పుడు తను కూడా మన ఫ్రెండ్ అని వంత పలికింది గీత

హమ్మయ్య నాకు ఫ్రెండ్స్ చేస్కోడం అసలు రాదు నేను చాలా అదృష్టవంతురాలుని చాల త్వరగా 4 స్నేహితులు దొరికారు అని అనింది ప్రశాంతంగా

ఐతే నువ్వు మాతోనే లంచ్ కి వస్తున్నావ్ కదా? అన్నాడు శివ

అదె కదా చెప్తుంది అని తల మిద చిన్నగా కొట్టింది గీత శివని

అందరూ నవ్వేశారు

లంచ్ చేస్తు 5 మంది మాట్లాడుకుంటున్నారు

విద్యా నువ్వు ఏ గ్రూప్ అని అడిగింది గీత విద్యా వైపు చూస్తూ

నేను CSE వావ్ మా సీత నువ్వు ఒకే గ్రూప్ అనమాట అనింది గీత.

అవునా అని సీతకి హైపై ఇచ్చింది విద్యా

ఎలా విద్యా నువ్వు హాస్టల అని అడిగింది సీత సీత గొంతులో తను ఒకటే pgలో ఉండడానికి భయపడుతున్నట్టు ఉంది తాను అడగడం

సీత వైపు చూస్తూ ఉన్నాడు రామ్ ఎదురుగా కూర్చోని

లేదు సీత ఇక్కడ హాస్టల్ ఫీజు ఎక్కువ అంట, దగ్గరలో pg చూసుకుందాం అని అనుకుంటున్నాను మరి మీరూ? అని బదులు ఇచ్చింది విద్యా

నేనూ ఏమో pg చూసుకోవాలి రామ్ శివ గీత ఇక్కడే హాస్టల్ జాయిన్ అవుతున్నారు అని వెంటనే బదులు ఇచ్చింది సీత అప్పటి వరకు తగ్గు స్వరంలో ఉన్న సీత స్వరంలో తనకి ఒక తోడు దొరికారు అన్న ధైర్యం గొంతులో బాగా తెలుస్తుంది

తినడంపూర్తయింది అందరిది.

రామ్ మనం వెళ్లి హాస్టల్ ఫీజు కట్టి వద్దామా అని అడిగింది గీత

ఆఆ వెళదాం అని మెల్లగా బదులు ఇచ్చాడు రామ్

రేయ్ శివ ఏం రావ అని అనింది గీత నోరు వెల్లబెట్టుకొని విద్యానే చూస్తున్న శివతో

నేను కూడా సీత, విద్యాతో pgలో జాయిన్ అవుత అని అన్నాడు శివ విద్యా వైపే చూస్తూ.

ఓహ్ నువ్వు అమ్మాయివి కదా సరే !! సీత శివ కూడా మీతో పాటు pg lo join అవుతాడు అనింది గీత వెటకారంగ

అందరూ నవ్వేశారు రామ్ మాత్రం ఏదో ఆలోచిస్తు అందరు నవ్వుతున్నారూ అని నవ్వాడు కాని రామ్ ఏదో ఆలోచిస్తున్నాడు !

ఒక్కసారిగా గీత వైపు చుస్తూ,గీత!!! అన్నాడు శివ ,

లేకపోతె!! పద మల్లి రూమ్స్ అయిపోతే కష్టం అని అనింది గీత దబాయించినట్టు

మీరు ఇక్కడే ఉండండి మేం వెళ్లి ఫీజు చెల్లించి వచ్చాక వెళ్లి మీకు pg వెతుకుదామ్ అని చెప్పి రామ్ శివలను వెంటపెట్టుకొని వెళ్ళింది గీత

రామ్ బావ ఏదో ఆలోచిస్తున్నట్టు ఉన్నావ్ అని అడిగింది గీత

ఏం లేదే అని బదులు ఇచ్చాడు రామ్

అంతలో ఫీజు కౌంటర్ వచ్చింది

సర్ హాస్టల్ ఫీజు పే చెయ్యాలి అని అడిగారు అడ్మిన్ బ్లాక్ లోని హాస్టల్ ఇంఛార్జ్ ని ముగ్గరు

FILL THESE FORMS అని చిరాకుగా FORMS ఇచ్చాడు,ఇంఛార్జ్

aa FORMS తిస్కొని ముగ్గురు FILL చేయడానికి ఏర్పాటు చేసిన బల్లలు వైపు వెళుతుండగా

గీత అన్నాడు రామ్

చెప్పు బావ!

సీత ఒక్కటే పీజీ లో మనం ముగ్గురం ఇలా హాస్టల్లో...

అవును రామ్ అని అన్నాడు శివ వెంటనే అందుకోని

రేయ్ నువ్వు అపు రా నీ నాటకాలు అన్నీ ఆ విద్యా కోసమే అని నాకు తెలుసు ఐనా ఇప్పుడే చూసావ్ అంతగా పరితపించిపోతున్నావ్ ఏముంది అంత స్పెషల్ విద్యాలో అని కసిరింది గీత

నా కళ్ళతో చూడవే అప్సరసలా ఉంటె అని బదులు ఇచ్చాడు శివ

ఏం ఉంది ఆ కళ్ళలో కామ వాంఛ తప్ప నాకు ఐతే ఏమి కనిపించలేదు అని కసిరినట్టు అనింది గీత

బావ ఇప్పుడు ఏం చేద్దాం అంటావ్ అని గెట్టిగా అనింది గీత

మనం అందరం కలిసి ఇల్లు తీస్కుందాం అద్దెకి... అని చాలా చిన్నగా అన్నాడు రామ్

ఏం మాట్లాడుతున్నావ్ బావ సీత ఒప్పుకున్నా విద్యా కొత్త అమ్మాయి తను ఎవరో కుడా మనకి తెలిదు అని శివని చూస్తూ అనింది గీత గెట్టిగా

పర్లేదు గీత తను కూడా ఇక్కడ విద్యార్ధే కద ఇది అంత సీత గురించి కానీ విద్యా గురించీ కాదు కద అని అన్నాడు రామ్

ఆతమ్మ,మావయ్యలకి ఏం చెప్తావ్

రూమ్స్ నిండిపోయాయి అని చెప్దాం అమ్మకి నేను చెప్తా నాన్నకి నువ్వే చెప్పాలి

నాకు తెలీదు బావ నన్ను మధ్యలో పెట్టకు అని విసుక్కుంది గీత

అలా కాదే చిట్టితల్లి అని అన్నాడు రామ్ రామ్ కి గీతను ఎలా కాకపట్టాలో బాగా తెలుసు

సరే బావ అడుగుతాలే

ఇదిగో ఇప్పుడే అమ్మ కి కాల్ చేస్తా అని ఫోన్ తీసి కాల్ చేస్తున్నాడు రామ్

Chapter 11

మా!!

చెప్పు రామ్, ఫంక్షన్ బాగా జరిగిందా ?

ఆఆ బాగా జరిగింది అమ్మ

హాస్టల్ ఫీజు కట్టావా

లేదు, అమ్మ దాని గురించే చెప్దాం అని ఫోన్ చేసాను

ఏమైంది , కంగారుగా అన్నారు అంజనమ్మ

కంగారు పడాల్సిన విషయం ఏం కాదు అమ్మ,హాస్టల్ గది నెల ముందె బుక్ చేస్కోవాలి అంట అమ్మ ఇప్పుడు రూమ్స్ ఫుల్ అయిపోయాయి అని చెప్తున్నారు.

ఎవరు ?, అన్నారు వెంకటపతి

హాస్టల్ రూములు నెలముందే బుక్ చేస్కోవాలంట ,ఇప్పుడు కుదరదు అంటున్నారంట.

గీత కి ఇచ్చాడు ఫోన్ వెంకటపతి మాటలు విన్న రామ్

హలో రామ్, నాన్నా మాట్లాడతారంటరా అన్నారు అంజనమ్మ

ఆఆ ఆత్మమ్మ నేను, గీత ని

ఇదో మావయ్య మాట్లాడతారంట అని ఫోన్ వెంకటపతికి ఇచ్చింది అంజనమ్మ

గీత ఫోన్ తీస్కొని రామ్ శివల ధ్గగ్గర నుండి దూరంగా వెళ్లి చాలసేపు మాట్లాడుతుంది రామ్ టెన్షన్గా గీత వైపే చూస్తున్నాడు,చాల సేపటికిగాను గీత వచ్చింది.

గీతని పట్టుకొని రామ్,ఏం అయింది గీత? ఏం అన్నారు? అని అడిగాడు అతృతగా

మావయ్య ఒప్పుకోలేదు రా, కాలేజీకి ఫోన్ చేసి మాట్లాడి హాస్టల్ ఇప్పించారు అని చెప్పింది గీత నిరాశగా

రామ్ కళ్లల్లో నిరాశ బాగా తెలుస్తుంది, మొహం వాడిపోయింది

హహహ, ఒప్పించలేరా అని అని౦ధి గీత

అవునా ఎలానే ఏం చెప్పావ్,అని రామ్ అతృతగా అడగగా ,అల రామ్ అడగడంతో అన్నీ పూస గుచ్చినట్టుగ చెప్పా సాగింది గీత

హలో!!, అన్నారూ వెంకటపతి పెద్దగా

ఆఆ మావయ్య ,

ఏంటి గీత హాస్టల్ నెల ముందే బుక్ చేస్కోవాలి అంటున్నారంట

అవునంట మావయ్య,ఇప్పుడు చెప్తున్నారు సచ్చినోల్లు

మరి ఇప్పుడు ఏలా,నా ఫ్రెండ్ రాజా అక్కడే ఉంటాడు చెన్నైలో, వాడిని వచ్చి మాట్లాడమని చెప్తానులే గీతమ్మ

మరేం పర్లేదు మావయ్య ఏదైనా అద్దె ఇల్లు చూసుకుంటాం సీత కుడా ఉంది ఇక్కడ మీరు ఆ అమ్మాయి ని దగ్గర ఉండి చూసుకోమన్నారంట కదా

ఆఆ అవును గీత,పేదవాల్లు మనకి కుడా తోట పనులకి వస్తారు వాళ్ళ అమ్మ నాన్న అప్పుడప్పుడు

మేమ్ రూమ్ చూసుకోని మికు ఏ విషయం చెప్తాము మావయ్య

ఆఆ సరే మంచిది తల్లి జాగ్రత్త,అని కాల్ కట్ చేసారు వెంకటపతి

ఇప్పుడు సీత ఏం అంటుందో అని,అన్నాడు శివ

విద్యా ఐతే ఒప్పుకోదు అనింది గీత కోపం గా

నువ్వే ఎలా ఐన సీతని కుడా ఒప్పించాలె ప్లీజ్ అని చిన్నపిల్లోడు అడుగుతున్నట్టు గా అనిపించింది గీత కి

సరే బావ నేను చూసుకుంటాలే

రామ్ కళ్లలో ఒక మెరుపు మెరిసి,గీత చేతులు గెట్టిగా పట్టుకొని

Thank you గీత, thank you so much అని అన్నాడు సంతోషంతో

రామ్, శివ, గీతాలు సీత విద్యా దగ్గరకి వెళ్లి విషయం చెప్పగ విద్యా అమ్మో మా ఇంట్లో ఒప్పుకోరమ్మ నేను మాత్రం pgనె చూసుకుంటా అని చెప్పింది భయంతో ఆశ్చర్యంతో

సీత నువ్వు మాతోనే ఉంటావ్గా మావయ్య పదే పదే చెప్పారు నీ గురించి అని చెప్పింది గీత

సీత యెట్టకేలకి కాసేపు ఆలోచించినా ఒప్పుకుంది

రామ్ కళ్ళలో చెప్పలేని సంతోషం,పున్నమి వెన్నెలలో తామరకొలను లాగ మెరిసిపోతు,మురిసిపోతున్నాడు రామ్

ఇప్పుడు ఇల్లు ఎక్కడని వెతకాలి దొరుకుతుందో లేదో అన్నాడు శివ

ఆపరా నువ్వు,అపశకునపు పక్షి, ఐన నువ్వు అమ్మాయిల pgలో ఉంటావ్ కదా అని కసిరింది గీత

రామ్ సీతలతో పాటు విద్యా కుడా నవ్వుతు0ది,కాని అందరివీ మూసీ మూసీ నవ్వులు భయటికి కనిపించని నవ్వులు

ఇల్లు కోసం వెతుకులాట మొదలయింది

విద్యా కూడా నలుగురికి గది వెతుకుతూ తాను కుడా కనిపించిన ప్రతి pg వెతుకుతుంది నచ్చిన pg గది ఫోటో తీస్కొని యజమాని నంబర్ సేవ్ చేస్కుంటూ ఉంది

మధ్యానం నుండి తిరిగి తిరిగి అలిసిపోయారు కాలేజీ కి అర కిలోమీటరు దూరంలో ఉన్న ప్రతి ప్రాంతం, ప్రతి గల్లి వెతికేసారు.

అమ్మ నా వల్ల కాదు కాళ్ళు పీకేస్తున్నాయి అని శివ ఒక ఫుట్ పాత్ మీద కూలబడ్డాడు ,మిగిలిన వాళ్ళు కుడా అలసిపోడంతో అక్కడ ఉన్న బెంచ్ మీద కూర్చున్నారు

కూర్చొని నిమిషం కుడా కాలేదు రామ్ ఒక్కసారిగా లేచి పరిగెడుతూ రోడ్డు దాటాడు

అప్పుడే ఒక ఇంటి ముందు టూలేట్ 2bhk, బ్యాచిలర్స్కి ఇల్లు ఇవ్వబడదు only for family అని పెద్ద అక్షరాలతో రాసి ఉన్న బోర్డు తగిలించి వెళ్ళడానికి బైక్ ఎక్కుతున్న మనిషి దగ్గరికి వెళ్ళిన రామ్

ఆయాసంతో అంకుల్ ఇల్లు అద్దెకి ఇస్తారా అన్నాడు రామ్

ఓహ్ తెలుగు వాడివా,ఇస్తాం బాబు అన్నాడు

అంకుల్ మేం బ్యాచిలర్స్ అన్నాడు రామ్ అలసి చిన్నబోయిన స్వరంతో

కనబడట్లేదా అయ్యా అక్కడ బ్యాచిలర్స్కి ఇవ్వం అని రాసివుంటే మళ్లీ బ్యాచిలర్స్ అంటావ్,మీ బ్యాచిలర్స్కి అది మగపిల్లలకి నా ఇల్లుని ఇంక గుర్తుపట్టలేనట్టు చెస్తారు మీరు అని కసురుకున్నాడు,ఇంటి యజమాని

కాని అంకుల్ మేం నలుగురు ఉంటాం ఇద్దరు ఆడపిల్లలు,ఇద్దరు మగ పిల్లలం మీ ఇంటిని జాగ్రత్తగా చూసుకుంటాం,ఇక్కడ mahendra varma Universityలో b.tech జాయిన్ అవ్వడానికి వచ్చాము కాని హాస్టల్ దొరకలేదు, pgలు చూద్దాం అంటే ఇద్దరు ఆడపిల్లలు ఉండడంతో ఇలా ఇంటి కోసం వెతుకులాడుతున్నాం అని విషయం చెప్పాడు రామ్

చాల మెల్లిగా ఆ గొంతులో అలిసిపోయినట్టు బాగా తెలుస్తోంది,ఎండకి వీధి వీధి తిరిగి మొహం కుడా పీక్కపోయింది రామ్ కి

ఐనా బ్యాచిలర్స్కి అది ఇలా అబ్బాయిలు అమ్మాయిలు కలిసి ఉండడమా నా ఇల్లు ఇవ్వను బాబు వేరేది చూస్కోండి అన్నాడు ఓనర్ నిక్కచ్చిగా

దయచేసి అంకుల్ మధ్యానం నుండి వెతుకుతూనే ఉన్నాం ఒక్కటి కూడ దొరకట్లేదు చీకటి పడిపోయింది ఇప్పుడు ఆడ పిల్లలతో ఇలా రోడ్డు మీద ఉన్నాం అర్ధం చేస్కోండి అని కాళ్ళు పట్టుకునేంతగా అడుగుతున్నాడు రామ్

అది అంత చూస్తున్న నలుగురు రోడ్ దాటి ఇవతలకి వచ్చారు

మిరు అన్నడు, యజమాని

నే చెప్పా కదా అంకుల్ నా మరదలు గీత, న frnd శివ, సీత

నమస్కారం అండి ! కాకపట్టడం మొదలెట్టేసింది గీత

గీత మాటలకి ఇల్లు ఇవ్వను అని నిర్మొహమటంగా చెప్పిన అతను కుడా కరిగి ఇల్లయితే ఇస్తా కానీ ఇంటికి జాగ్రతగా చూసుకోవాలి అమ్మాయి , అని చెప్పి మరి కొన్ని షరతులు కూడా చెప్పాడు

అన్నిటికీ ఒప్పుకొని ఇంటి తాళాలు ఇస్తూ మేం ఫ్యామిలీ అమెరికాకి వెళ్లిపోతున్నాం రేపు నైట్ ఫ్లైట్కి, ఇంక మూడు నాలుగు యేండ్లు అక్కడే ఉండచ్చు మీరు మూడ్ యేండ్లు ఉంటారు కదా అన్నాడు ఆ యజమాని సందేహాస్పదంగ

ఓహ్ !! ఖచ్చితంగా అనిబదులు ఇచ్చింది గీత

మా వస్తువులు అన్నీ కూడా ఇక్కడే ఉంటాయి వాటి పూచి మీదే అన్నిటికి సరే అంటే అగ్రిమెంట్ చేసుకుందాం మూడు ఏళ్ళకి

సరే!అంకుల్ అన్నారు అందరూ ఒకసారిగా

అగ్రిమెంట్ రేపు తీస్కొని వస్తాను

ఈరోజు నుండి ఇక్కడే ఉండచ్చా అంకుల్ అన్నాడు రామ్

నీ పేరు ఏంటి బాబు

రామ్ అంకుల్

ఈ ఆడపిల్లలు చాల అదృష్టవంతులు బాబు,నువ్వు వీళ్ళని చాలా జాగ్రతగా చూసుకుంటావ్ అని నీ తపన చుస్తుంటేనే అర్ధం అవుతుంది అన్నాడు తల నెమురుతు రామ్ ది

కీస్ బ్యాగ్ లోంచి తీసి ఇచ్చాడు

రామ్ కీస్ తీసుకున్నాడు

ఇంటి గేట్ కి ఉన్నా కీస్ ఓపెన్ చేసి లోపలికి వెళ్లారు అందరు బ్యాగ్లు తీస్కొని పెద్ద లాన్ ఇంకాస్త ముందుకి వెళ్లి ఇంటి మెయిన్ డోర్ ఓపెన్ చేసి రూములు అన్నీ తిరిగి చూస్తున్నారు ఇల్లు ఇంద్రాభవనంల ఉంది

తొందరపడి ఒప్పుకున్నామా అని అన్నాడు రామ్

అవును అనుకుంట ,అనింది సీత

రేపు వద్దు అని చెప్దాము ,అని అనింది గీత

బాగోదు ఏమో ,అన్నాడు రామ్

కానీ అద్దె ఎక్కువ ఉంటుందేమో కద అనింది సీత, సీత కళ్లలో నేను అంత డబ్బులు కట్టలేను అనే భయం కొట్టొచ్చినట్లు కనిపిస్తుంది

ఐనా రేపటి గురించీ రేపు ఈ పూటకి తల దాచుకుందాం అని అనింది గీత

ఉమ్మ్ అన్నట్టు చూశారు అందరూ

అందరూ ఫ్రెష్ అవి,జొమాటో లో ఫుడ్ ఆర్డర్ చేస్కొని తిని పడుకున్నారు

సీత మాత్రమ్ రాత్రి అంత కూర్చోని ఇంటికి ఎంత అద్దె ఉండచ్చు,ఇల్లు గడవడానికి, కరెంట్ బిల్లు ఫుడ్ కి నేలకి ఎంత అవ్వచ్చు తన వాటాగాఎంత వస్తుంది అని తన డైరీలో సుమారుగ పది పదిహేను అంచనాలు వేసి అలసిపోయి.ఆ టేబుల్ మీదే అలానే నిద్రపోయింది

విద్యా కూడా ఆ పూటకి అక్కడే పడుకుండి

మర్నాడు పొద్దున ఎనిమిదైన అలిసిపోడంతో ఎక్కడ పడుకున్న వాళ్ళు అక్కడ నుండి లేయలేదు ఇంకా

అంతలో డింగ్!! అని డోర్ బెల్ మోగింది , సీత ఉల్లికిపడిలేచి కళ్ళునులుముకుంటుండగా మళ్లీ ఇంకోసారి డోర్ బెల్ మోగింది ఆ శబ్దంకి రామ్ కూడా నిద్ర లేచాడు

వెళ్లి తలుపు తెరిచి చూశారు ఇద్దరు,ఇంటి యజమాని తలుపు ముందు నించోని ఉన్నారు

బాబు ఏం అనుకోకుండా ఇల్లు కాళీ చేసేయండి ,నా ఫ్రండ్కి ఇల్లు అవసరం ఉంది అని చెప్పాడు తప్పుగా అనుకోకండి అని చాలా ఇబ్బంది పడుతూ చెప్పారు ఇంటి యజమాని.

సాయంత్రంకి అంతా కాళీ చేసేయండి అని ఓనర్ చెప్తుండగా రామ్ ఫోన్ మోగింది

Chapter 12

ఆ నాన్నా చెప్పండి

రే రామ్, 1-5-57/33 ఇంద్ర నగర్లో రాజ్ నిలయం అని నా ఫ్రెండ్ ఇల్లు ఉంది వాడితో అన్నీ మాట్లాడాను మీరు వెళ్లి కలవండి ఈ రోజే

నాన్నగారు మేం రాత్రె టూలేట్ బోర్డ్ చూసి అదే ఇంట్లో,అద్దెకి దిగాము ఓనర్ గారు వచ్చి ఇల్లు కాళీ చేయండి నా ఫ్రెండ్కి ఇల్లు కావాలి అని అంటున్నారు

హహహహహహహ!!!! అవునా,అధి మీ కోసమే రా

రాజా ఉన్నాడా

ఆఆ ఉన్నారు,నాన్నా గారు

వాడికి ఫోన్ ఇవ్వు

రామ్ ఫోన్ తీస్కోని వెళ్లి యజమాని కి ఇస్తుండగా

ఎవరు ,అన్నారు యజమాని ఫోన్ వంక చూస్తూ

మా నాన్న గారు అన్నాడు , రామ్

ఇప్పటికే చెప్పా కద బాబు ఇల్లు కాళీ చేయమని మళ్ళీ ఇది ఏంటి,అన్నాడు ఓనర్ ధబాయిస్తున్నట్లు

రామ్ మొబైల్ స్పీకర్లో పెట్టాడు

రేయ్!! రాజా నేను వెంకటపతి ని అన్నాడు,వెంకటపతి గెట్టిగా

వెంకటా!!, అని రామ్ చేతిలోని ఫోన్ లాగుకున్నారు రాజా

రామ్ మా అబ్బాయ్, నేను ఇల్లు గురించీ చెప్పింది వీళ్ళకే.

హహహహహహహ!!!! భలే తమాషాగ అనిపిస్తుంది వెంకట,రాత్రే ఈ ఇంట్లో అద్దెకి దిగారు నువ్వు రాత్రి విషయం చెప్పగ ఇదిగో పొద్దున్నే లేచి నైట్ డ్రెస్ లోనే వచ్చి కాలి చేయమని చెప్తున్నాను మన రామ్ అని తెలియక

ఎంత పెద్దవాడు అయిపోయావ్ రామ్,నూనూగు మీసాలు కుడా వచ్చేసాయి ఎప్పుడో చిన్నప్పుడు చూశాను అని రామ్ చేయి పట్టుకొని అన్నారు, రాజా అప్యాయం గా

వెంకటా! నేను చూసుకుంటారా నువ్వేం టెన్షన్ పడకు ఇంక

అర్ధమైంది ! నా మీద నీకు ఉన్నా ప్రేమ,అభిమానం అని గెట్టిగా నవ్వాడు,వెంకటపతి

హహ్హహ్హ!!! ఏదో తెలియక జరిగిన నీకోసమే కదు ఇలా అయింది ,తప్పు అంతా నీదేరా,రామ్ చెన్నై లో జాయిన్ అయ్యాడు అని ఒక్క మాట కూడా చెప్పలేదు నాకు,అన్నారు రాజా

ఏదో అయిపోయిందిలే,తప్పుగా అనుకోకు అన్నారు వెంకటపతి మొహమాటంగా

అయ్యగారు అని సౌండ్ వినిపించింది ఫోన్లో

ఎవరో కలవడానికి వచినట్టు ఉన్నారు నేను మళ్ళీ మాట్లాడుతారా రాజా,అంటూ కాల్ కట్ చేసారు వెంకటపతి

ఇదిగో రామ్ అని ఫోన్ ఇచ్చారు రాజా గారు, చెప్పాలి కదా రామ్ నువ్వుఅయిన వెంకటపతి కొడుకు అని

రామ్ ఏదో ఆలా అని ఒక నవ్వు నవ్వి ఉర్కున్నాడు

అంకుల్ అగ్రిమెంట్ చేసుకుందాం అన్నారు కదా, అని అనింది సీత

ఇంక ఏం అగ్రిమెంట్ అమ్మా వెంకటపతి కొడుకు అంటే నా కొడుకులానే **NO** అగ్రిమెంట్ మీరూ మీ చదువు పూర్తి అపే వరకు ఇక్కడే ఉండచ్చు కానీ ఇల్లు మాత్రమ్ శుభ్రంగా ఉంచుకోవాలి సుమా !! అన్నారు రాజా

ఆఅఆ ! అని అప్పటి వరకు తన వాటా ఎంత వస్తుందో అని భయపడుతున్న సీత గెట్టిగా ఊపిరి వదులుతూ తనభారం మొత్తం దిగి పోయినట్టు సీత మోహంలో ప్రశాంతత కొట్టొచ్చినట్లు తెలుస్తుంది

సరే రామ్ మీరు జాగ్రత నాకు సాయంత్రం ఫ్లైట్ చాల పనులు ఉన్నాయ్ ఏది నీ నంబర్ ఈ బుక్ లో రాసి ఇవ్వు అని తన ఫోన్ బుక్ అందిస్తూ అన్నారు రాజా గారు

రామ్ తన ఫోన్ నంబర్ రాసి బుక్ అందిస్తూ , THANK YOU అంకుల్, THANK YOU SO MUNCH అన్నాడు కృతజ్ఞతాభావంతో.

అయ్యో మరేం పర్వాలేదు బాబు ఇదిగో నా ఫోన్ నెంబర్ ఈ విసిటింగ్ కార్డులో ఉంది ఏమైనా అవసరం పడితే మొహమాట పడకుండా ఫోన్ చేసి ఆడగండి ఏం ఉన్నా, సరే నేను ఉండనా మరి అని సోఫాలోంచి లేస్తూ అన్నారు రాజా గారూ

సరే అంకుల్, అని అన్నాడు రామ్

రాజా గారిని పంపించటానికి రామ్,సీత ఇద్దరు రాజా గారి వెంట మెయిన్ గేట్ వరకు వచ్చి సాగనంపారు

అక్కడ లాన్ లో ఉన్న బెంచ్ మీద కూర్చొని ఉదయపు సూర్య కిరణాలని తన మీద పడేలా కూర్చుంది సీత

ఆ వెలుగులో సీత చర్మం బంగారంలా మెరిసిపోతుంటే సీతను చూస్తూ అలానే నించుండి పోయాడు రామ్

రామ్ వచ్చి ఇలా కూర్చో అని రామ్ ని పిలిచింది సీత

రామ్ సీత పక్కన కూర్చున్నాడు మా పెళ్లి అయ్యాక ఇలానే రోజు పొద్దున్నే ఇద్దరం కలిసి పొద్దున్న సూర్యుడిని ,సాయంత్రం చంద్రుడిని

చూస్తూ ముచ్చట్లాడుతుంటే ఎంత బావుంటుందో అని ఉహించుకుంటూ ఉన్నాడు రామ్

రామ్ ఈ లాన్,ఈ ఇల్లు చాల బావుంధీ కదా నా లైఫ్లో మొట్టమొదటి సారి ఇంత మంచి ఇంట్లో ఉండడము చాల సంతోషంగా అనిపిస్తోంది సీత రామ్ వైపు చూస్తూ అంటుంది

ఇంకా నాలుగు యేండ్లు ఇక్కడే నో వర్రీ నువ్వు రాత్రంతా కూర్చోని వేసిన అంచనాలు చేసిన లెక్కలు అన్నీ బూడిదలో పోసిన పన్నీరు అయిపోయింది,నవ్వుతూ అన్నాడు రామ్

రామ్!!!!!!!!! నువ్వు అంతా చూశావా

ఆఆ చూసా కదా,నువ్వు కప్పుకున్న దుప్పటి ఎలా వచ్చిందనుకున్నావ్ మరి

నువ్వేనా కప్పింది,ఆలసిపోయా కదా అలానే స్టడీ టేబుల్ మీదనే నిద్రపోయా, THANK YOU రామ్

అయ్యో , ఈ థాంక్యూ ఇలాంటి ఫార్మాలిటీలు ఏం వద్దు సీత అసలే మా నాన్న గారు అని రామ్ చెప్తుండగా

నన్ను దగ్గర ఉండి చూసుకోమన్నారు అనింది సీత నవ్వుతూ

రామ్ కూడా నవ్వుతూ సీతను చూస్తున్నాడు పక్కనే పనసచెట్టు మీద జంట పక్షులు శబ్ధాలు చేస్తూ రామ్ సీతలనే చూస్తు ఎవరు మిరు కొత్తగ వచ్చారా అని అడుగుతున్నట్టుగా ఉన్నాయి అన్నాడు రామ్ వాటిని చూస్తూ

అవును నాకు కుడా అలానే అనిపిస్తుంది అని అనింది సీత

GOOD MORNING!! అంటు వళ్ళు విరిచుకుంటూ వచ్చింది గీత

గీతకి జరిగిన విషయం అంతా చెప్పారు

గీత సంతోషంతో గంతులు వేస్తూ ఇంట్లోకి పరిగెత్తింది

రామ్ సీత ,గీత వెంట లోపలికి వెళ్లారు

ముగ్గురు కలిసి శివని లేపి విషయం చెప్పగ అందరు సంతోషంతో గంతులు వేస్తున్నారు రామ్ తన మొబైల్ లో పాటలు పెట్టగా ఉత్సాహం మరింత రెట్టింపు అయింది

ఆడి ఆడి అలసిపోయి సోఫాలో కూల బడ్డారు అందరు

విద్యా నువ్వు కుడా ఇక్కడే ఉండచ్చుగా అని అడిగేసాడు శివ

అవును ఉండచ్చు కదా అని అన్నారు అందరు

ఉండాలి,ఉండాలి ఉండాలి !! అని అరచడం మొదలు పెట్టారు అందరు

సరే !! సరే!!! మీరు ఇంతగా అడిగితే నేను మాత్రం ఎలా కాదనగలను అని అనింది విద్యా

హుర్రేయ్ !!! అని అరిచారు అందరు ఒక్కసారిగా

అబ్బా ఆకలి అన్నాడు శివ

అవును నాకు కుడా అనింది గీత

రామ్ వాళ్ళ అమ్మగారు పంపిన పలారాలు అన్నీ తెచ్చి ముందు పెట్టి తినమని చెప్పాడు

అందరూ తలాకొన్ని తీస్కోని ఆ పూట బ్రేక్ఫాస్ట్ పళ్ళు తోమకుండానే కంప్లీట్ చేసారు

రామ్ శివలు ఒక బెడ్ రూమ్, సీత,గీత,విద్యా ముగ్గురు ఒక బెడ్ రూమ్ లో వాళ్ళ బ్యాగ్లు వస్తువులు సర్దుకొని ఫ్రెష్ అవుతున్నారు .

ఆందరూ ఫ్రెషై వచ్చి సోఫాలో కూర్చున్నారు

మధ్యానం తిండి ఎలా అని అన్నాడు శివ

నాకు వంట వచ్చుగా ఇంట్లోనే చేసుకుందాం అని అనింది సీత

అవునా అని అందరు ఆశ్చర్యం గా సీత వైపు చూశారు

అయితే మార్నింగ్ టిఫెన్, మధ్యాహ్నం భోజనం భయట తినేస్తే, రాత్రి మనమే డిన్నర్ సిద్ధం చేస్కోవచ్చు కాలేజీ స్టార్ట్ అయ్యాక అన్నాడు శివ

ఆఅ అంతె నేను కుడా సీత కి హెల్ప్ చేస్తాను అని అనింది విద్యా,నేను కుడా అని వంత పలికింది గీత

హమ్మయ ఫుడ్ సెట్ అన్నాడు శివ

నువ్వు నీ తిండి గోల,పెద్ద తిండిబోతురా శివ నువ్వు అని అనింది గీత

ఏం నువ్వు తినవ,హమ్మయ్య మేము నలుగురికి ఫుడ్ చేస్కుంటే సరిపోతుంది అయితే అని అన్నాడు శివ

అందరూ నవ్వేశారు

ఏలా ఇచ్చా అన్నాడు శివ, గీతని చూస్తూ

ఏడ్చాప్లే అనింది గీత

ఐతే నేను శివ వెళ్లి సరుకులు తీస్కొని వస్తాము కావాల్సినవి లిస్ట్ చేసి ఇవ్వండి అని అన్నాడు రామ్

ఆ సరే, మీరు సరుకులు తెచ్చేలోపు మేం ఇల్లుఅంతా ఒకసారి శుభ్రం చేసి పెడతాం అనింది సీత

లిస్ట్ రెడీ చెసి ఇవ్వడంతో రామ్ శివలు సరుకులు కోసం బయలుదేరారు

సీత, గీత, విద్యా ఇల్లు అంత శుభ్రం చేసి సోఫాలో ఒకరు పడకగదిలో ఒకరు కుర్చీలో ఒకరు కూలబడ్డారు. టైమ్ చూస్తే నాలుగు అయిపోయింది రామ్ శివలు ఇంకా రాలేదు అని గీత కంగారుగా రామ్ కి ఫోన్ చేసింది రామ్ ఫోన్ తియ్యకపోడంతో, శివకి ట్రై చేసింది శివ కుడా ఫోన్ తియ్యలేదు

కంగారుగా ఉన్న గీతని చూసి ఏం అయింది అని అడిగింది సీత విషయం చెప్పడం తో సీత కంగారు పడడం మొదలు పెట్టింది

సమయం 5:30 అయిపోయింది ఫోన్ తియ్యలేదు ఇంక రామ్ శివలను వెతకడానికని ముగ్గురు బయటికి వచ్చారు. రామ్ సరుకులు పట్టుకొని మెయిన్ గెట్ లోంచి వస్తున్నాడు రామ్ వెనక శివ హోటల్ నుంచి బిర్యానీ తీస్కోని వస్తున్నాడు ఆ బిరియాని వాసన మెయిన్ డోర్ దగ్గర ఉన్న గీత, సీత, విద్యాల వరకు చేరింది

గీత రామ్ తో ఎంత భయపడ్డానో , ఫోన్ ఎత్తడానికిఏం బావ అని విరుచుకు పడింది

శివ మాత్రం FOOD తిస్కోని లోపలికి వెళ్ళిపోయాడు, విద్యా కుడా శివ వెంట లోపలికి వెళ్ళిపోయింది గీత, సీత మాత్రం రామ్ తో ఎంత భయపడ్డారో చెప్తూ ,రామ్ చేతిలోని సరుకులు తీసుకుంది సీత

అందరూ ఆ బిరియానీని మధ్యాహ్నంకి,రాత్రికి సరిపెట్టుకున్నారు

రాత్రి భోజనం అయ్యాక టీవీ పెట్టుకొని కూర్చున్నారు అందరూ

సమయం 11 అయిపోయింది

ఏంటి రేపు కాలేజీ అని మార్చిపోయారా,పడుకోరా అని అనింది సీత

అవును కదు రేపు కాలేజీ 1ST DAY విషయమే మర్చిపోయాం అంటు పదండి పదండి పడుకుందాం అని చెప్తూ వెళ్లి టీవీ కట్టేసింది గీత

ఎవరి బెడ్ రూములు లోకీ వాళ్ళు వెళ్లి నిద్రపోయారు.

Chapter 13

పొద్దున్నే రామ్ లేచి హాల్లోకి కళ్ళునులుముకుంటూ వచ్చి సోఫాలో కూర్చోని,గోడ గడియారం వైపు చూసాడు టైం ఎంత అన్నట్టుగ ఏడు అయింది ,

సీత వాళ్ళ బెడ్ రూమ్ డోర్ ఇంకా ఓపెన్ లో లేదు

మంచి కడ్డీలవాసన మెల్లగా ఆవోగ హాల్లోకి వస్తుంది చిన్నగా శుక్లాం బరధరం విష్ణుం ..... అని పెరటులోంచి వినపడుతున్నాయి రామ్ లేచి ఆ శబ్దం వైపు అడుగులు వేసాడు

సీత తలంటుకుని ఆకుపచ్చరంగు చుడిధార్ వేసుకోని,తలకీ టవల్ తో కొప్పుకట్టి కళ్ళుమూసుకొని స్లోకం చెప్తూ తులసి కోట చుట్టూ ప్రదక్షణలు చేస్తుంది

రామ్ సితనిచూస్తూ పెరటులోని బెంచ్ మీద కూర్చున్నాడు

మా పెళ్లి అయ్యాక రోజు సీత ఇలానే పొద్దున్నే లేచి పూజ చేస్తుంది కదు సీత ఎంత బావున్నావ్ ఇలా చూడడానికి, అని తనలో తాను అనుకుంటూ సీత వైపే చూస్తున్నాడు రామ్.

సీతా ప్రదక్షణలు అయిపోయాయి పూజ కూడా అయిపోయింది అప్పుడే పడుతున్న సూర్య కిరణలోకి వెళ్లి నించోని సీత తన కొప్పుకి కట్టుకున్న టవల్ తీసి ఒక్కసారిగా జుట్టు విధిలించింది బాగా పొడవటి జుట్టు ,ఆ జుట్టు కి అంచులో హత్తుకొని ఉన్న నీటి బిందువులు రామ్ మీద పడ్డాయి.

ఉమ్మ్మ !! అని రామ్ చేయి అడ్డు పెట్టుకున్నాడు

రామ్ లేచావా,గమనించనేలేదు,ఎంతసేపైంది ఇక్కడికి వచ్చి

నువ్వు ప్రదక్షణలు చేసేటప్పుడు

గీజర్ ఆన్ లో పెట్టి ఉంది,వెళ్లి ఫ్రెష్ అవిరా కాలేజ్ కి కూడా టైం అవుతోంది కదా

ఆ సీత ! అని లేచి హాలు వైపు అడుగులు వేసాడు రామ్

హాల్లోకి ఇంకా ఎంటర్ అవబోతుండగా ఒకసారి అగి వెనక్కి తిరిగి చూశాడు రామ్

సీత జుట్టు విధిలించుకుంటు,జుట్టు అరబెట్టుకుంటుంది

రామ్ అలానే చూస్తూ ఆ అందాన్ని కాసేపు ఆశ్వాధించి , తన బెడ్ రూమ్ లోకి వెళ్ళాడు.

సీత వెళ్లి గీతని విద్యాని లేపి రెడీ అవ్వమంది అందరు లేచి రెడీ అవుతూ ఇల్లు అంత హడావిడిగా ఉంది

అందరూ రెడీ అవి హాల్లోకి వచ్చారు

రామ్ వైలెట్ రంగు చొక్కా,నల్ల ప్యాంటు ఫార్మల్స్ లో రెడీ అయ్యాడు

శివ వైట్ షర్ట్ ,బ్లూ జీన్స్ లో రెడీ అయ్యాడు

గీత యేమో పసుపు చుడీదార్ లో పోనీ టైల్ వేస్కోని చక్కగా రెడీ అయింది

విద్యా మాత్రం క్రాప్ టాప్, స్కిన్ ఫిట్ జీన్స్,లూస్ హెయిర్ చాలా పాష్ గా రెడీ అయింది

సీత చక్కగా ఆకు పచ్చ రంగు చుడీదార్ తో జుట్టు కుడా జెడ వెస్కోని రెడీ అయింది

అందరు హాల్లోకి ఒక్కొక్కరుగా వచ్చారు

అందరూ హాల్లోకి చేరాక, పక్కనే టిఫెన్ షాప్ చూసాం అక్కడ టిఫెన్ చేసి బయలుదేరుదాం టైం ఇంకా 8:30 ఏ కదా కాలేజీకి ఇంకా ఒకటిఎన్నారగంట టైం ఉంది,అన్నాడు తన వాచ్ చూస్తు శివ

అలగే చేద్దాం తిండిబోతు అనింది గీత వెటకారంగా

అందరూ నవ్వుతు బ్యాగ్లు వెన్కొని బయలుదేరారు

అన్నీ ముగించుకొని కాలేజీకి చేరేటప్పటికి 9:45 అయింది కాలేజీ కి ఇంటికి 15 నిమిషాల నడక కాడంతో నడిచే కాలేజీకి వెళ్ళారు శివ దారి మొత్తం విద్యాని చూడడానికే సరిపోయింది రెండు,మూడు దగ్గరల తట్టుకొని పడబోయాడు కుడా

1ST ఇయర్ బ్లాక్ ఎటు అని ఒక అతనిని ని అడిగాడు రామ్

అతను దారి ఎలనో చెప్పి వెళ్ళిపోయాడు,చూడనికి కాలేజీలో వర్కర్ లా ఉన్నాడు

అందరూ ఆ వ్యక్తి చెప్పిన దారిలో నడక మొదలు పెట్టి పెట్టగా ,హే ఫ్రెషర్స్!! అని ఒక గొంతు వినిపించింది

అందరు ఒకసారిగా అటు ఇటు చూసుకుంటున్నారు

ఇక్కడ!! అని బిగ్గరగా అరిచింది ఆ గొంతు మళ్లీ

అతన్ని చూసినా విద్యా అందరికి అక్కడ అని చేయి చూపింది

అందరూ వెళ్లీ నించున్నారు అతని ముందు ,

WHAT DO YOU WANT ? అని అడిగింది గీత కోపంగా

NOTHING MA'M JUST RAGGING CAN'T YOU SEE WHAT ALL THESE PEOPLE ARE DOING, అటు పక్కన ర్యాగింగ్ చేస్తున్న సీనియర్స్ ర్యాగింగ్ చేపించుకుంటున్న జూనియర్స్ ని చూపించాడు అతను

SO WHAT PRINCIPAL SAID THERE IS NO RAGGING IN THIS COLLEGE, అని బెదిరించినట్టు మాట్లాడింది గీత

ఈ అరమ్ వాడికి కంప్లైంట్ ఇస్తే కానీ తెలీదు ఏమో గీత మనం అంటే ఏంటో అన్నాడు శివ

రేయ్, వంకాయ్ మేము తెలుగే పేరుకి ఈ కాలేజీ చెన్నైలో ఉంది అనేకాని దాదాపు అందరు ఇక్కడ తెలుగు వాళ్ళే

Sorry సార్ అన్నాడు శివ భయపడుతూ

కంప్లెట్ బాగా రాసే లాగ ఉన్నావ్ ఇదిగో ఈ రికార్డ్స్ 2dys లో పూర్తి చేసి ఇవ్వాలి నాకు అని రికార్డు బుక్స్ చేతిలో పెట్టాడు ఆ సీనియర్

వీళ్ల తెలుగు విన్నా ఇంకో సీనియర్ కుడా వచ్చి ,

s.d చెప్పండి రా అన్నాడు గెట్టిగా

అందరు ఎవరు s.d వాళ్ళు చెప్పారు

విద్య డ్రెస్సింగ్ చూసి ఫ్లాట్ అయిన ఆ సీనియర్ విద్యా వెళ్ళేటప్పుడు నీ నెంబర్ ఇచ్చి వెళ్ళు అని అన్నాడు

వావ్ మీ పేరులు రామ్ సీతన మీరు మారీడ అన్నాడు 1st నుండి ఉన్న సీనియర్

లేదు అన్నాడు రామ్

సరే ఇప్పుడూ పెళ్లి చేస్కుంటారా,చేసుకుంటారులే come on come on you should ఒకరి పైపు ఒకరు తిరగండి అని అన్నాడు

రామ్ సీత ఒకరి పైపు ఒకరు నించున్నారు రామ్ కి సీత కళ్లలో భయం కనిపించింది వెంటనే ఆ సీనియర్ పైపు తిరిగి వద్దన్నా వదిలేయండి అని బతిమాలుతున్నాడు రామ్

రేయ్ చెప్పింది చేయి రా అన్నాడు సీనియర్

రామ్ చేసేదేమి లేక సీత పైపు తిరిగి తన రెండు చేతులలో తాళి ఉన్నటు ఉహించుకొని సీత మెడకి దగ్గర గా తిన్కొని వెళ్ళాడు

అంతలో ఒక్కసారిగా విద్యార్థులు అందరు పరుగులు తీయడం మొదలు పెట్టారు

రేయ్ క్లాస్ కి వెళ్ళిపొండి రా, శివ నువ్వు రికార్డులు పూర్తి చేసి నా సెంటర్ అందులో ఉంది కాల్ చెయ్యి అని పరిగెడుతూ వెళ్లిపోయాడు ఆ సీనియర్

ఏంటా అని అటు ఇటు చూడగా ప్రిన్సిపాల్ గారు కార్లో లోపలి ఎంటర్ అయ్యారు అప్పుడే

హమ్మయ్య అని ఊపిరి పిల్చుకున్నారు అందరు

సీత,విద్యా ఏమో cse తరగతి గది లోకి వెళ్లారు

గీత , రామ్, శివ cse తరగతి గది కి యెదురుగా ఉన్న civil క్లాస్‌రూమ్ లోకి వెళ్లారు

రామ్ శివ కిటికీ పక్కన కూర్చున్నారు అటు వైపు ఎదురుగా ఉన్న తరగతి గదిలోకి చూశాడు రామ్, విద్యా హే!! అని రామ్ కి చేయి ఊపుతుంది సీత పక్కనుండి చూస్తూ ఉంది

రామ్ నవ్వుతు ఉండిపోయాడు శివ మాత్రం హేయ్ విద్య అని అంటు చేయి ఊపేస్తున్నాడు సార్ క్లాస్లోకి వచ్చిందికుడా గమనించకుండా

హేయ్!! ఏం చేస్తున్నావు అన్నాడు శివని చూస్తూ సార్

శివ కీ ఏ మాత్రం సోయ లేదు

క్లాస్ అంత నవ్వుతున్నారు

రేయ్ శివ అని శివ కాలు మీద తడ్తు సార్ అని అన్నాడు రామ్

శివ ఒక్కసారిగా సార్ ని చూశాడు

నిలబడు , నువ్వు ఏమి చేస్తున్నావు? అని అడిగాడు సార్ నవ్వుతు

తరగతి అంతా నవ్వుతున్నారు

సార్!! అన్నాడు శివ

okay introduce yourself to class , అని స్టేజ్ మీదకి పిలిచాడు సార్

శివ స్టేజ్ మీదకి వెళ్లి పరిచయం చేస్కోడంతో ఒక్కసారిగా శివ క్లాస్ అంతటికి ఫేమస్ అయిపోయాడు

క్లాస్ స్టార్ట్ చేయబోవడం లేదు , మీ పరిచయం తర్వాత సివిల్ ఇంజినీరింగ్ గురించి కొంత చర్చిద్దాం ఆ తర్వాత మనం వెళ్లి మన ల్యాబ్స్ అన్నీ చూస్తాం అని అన్నారు సార్

ఒక్కొక్కరుగ అందరి పరిచయం అయింది సార్ సివిల్ ఇంజనీరింగ్ గురించి చెప్పడం మొదలు పెట్టాడు

రామ్ మాత్రం సార్ చెప్పింది విని విన్నటుగ సీతని చూస్తూ ఉన్నాడు

సార్ చెప్పడం అయింది, లాబ్స్ చూపించడం అయింది.

okay it's time for lunch,your class will start by 2pm I will be taking the class,attendance is mandatory అని చెప్పి వెళ్ళిపోయాడు సార్

రామ్, శివ గీతలు cse తరగతి గది దగ్గరికి వచ్చి సీత,విద్యా కోసం వేచి చూస్తున్నారు

విద్యా, సీత వచ్చాక అందరు కలిసి క్యాంటీన్ కి వెళ్లి లంచ్ చేస్తూ అప్పటికి వరకు క్లాస్ లో జరిగిన ముచ్చట్లు చెప్పుకుంటున్నారు

గీత శివ ని హేయ్ !! అని చేయి ఊపుతూ ఆటపట్టిస్తూ లంచ్ పూర్తి చేసి ఎవరి క్లాస్ కి వాళ్ళు వెళ్ళిపోయారు

క్లాస్ పూర్తి అయ్యక ఇంటికి నడుచుకుంటూ సరదాగా మాట్లాడుతూ వెళ్లారు

ఇంటికి వెళ్ళాక అందరూ ఫ్రెష్ అవి వచ్చి హాల్లో కూలబడ్డారు

హే మీకు ఒకటి తెలుసా అనింది విద్యా,

ఏంటి అన్నారు అందరూ అటెన్షన్ తో ముందుకి వస్తు

ఈరోజు మొత్తం ఒక అబ్బాయి సీతనే చూస్తూ ఉన్నాడు

అవునా !! అనింది గీత

అవును క్లాస్ లోకి వెళ్ళినప్పుడు నుండి బయటికి వచ్చే వరకు సీత వైపే చూస్తూ ఉన్నాడు అంది విద్యా

రామ్ మొహం వాడిపోయిన పువ్వు లాగ అయిపోయింది

అవున నేను గమనించలేదు విద్యా అనింది సీత విద్య వైపు తిరిగి

చూడలేదా నువ్వు రేపు చూపిస్తా అంది విద్యా

మాకు కూడా అని వంత పలికింది గీత

శివ మాత్రం ఇవేం పట్టించుకోకుండా సీనియర్ ఇచ్చిన రికార్డులు రాస్తూ ఉన్నాడు

సరే సరే ఫుడ్ ప్రిపేర్ చేసుకుందాం ఇంక అంది సీత

ఆ చేస్కుందాం అని అన్నాడు శివ

తిండి అంటే వచ్చేస్తాడమ్మ అంది గీత

అందరూ లేచి వెళ్లి ఫుడ్ ప్రిపేర్ చేస్తున్న సీతకి సహాయం చేస్తూ ఫుడ్ ప్రిపేర్ చేసుకున్నారు

అందరూ కలిసి ప్రిపేర్ చేసుకున్న ఫుడ్ ని అందరూ కలిసి డైనింగ్ టేబుల్లో కూర్చొని డిన్నర్ కంప్లీట్ చేసి ప్లేట్స్ సింక్లో వేసి వెళ్లి సోఫాలో కూర్చొని టీవీ ఆన్ చేసుకొని చూస్తున్నారు

రామ్ సింక్లోని ప్లేట్స్ గిన్నెలు అన్నీ కడగడం గమనించిన సీత లేచి వచ్చి రామ్ కి హెల్ప్ చేసింది

అలా ఇద్దరు కబుర్లు చెప్పుకుంటూ గిన్నెలు అన్నీ కడిగేసారు సీతతో మాట్లాడుతున్నంత సేపు రామ్ మొహం వెలిగిపోయింది

ఇది అంత గమనిస్తున్న గీత వారి ఇద్దరినీ అలా చూస్తూ ఉండిపోయింది

టైం 11 అవడంతో ఇంక పడుకుందాం అని గీత టీవీ కట్టేసింది

ఎవరి బెడ్ రూమ్ లోకి వాళ్ళు వెళ్లి పడుకున్నారు.

Chapter 14

మర్నాడు కూడా సీత పూజ చూడడానికి ,సీతని అలా పూజ చేస్తుంటే చూడడానికి రామ్ పొద్దునే లేచి వెళ్లి పెరటులో కూర్చోని సీత పూజని చూస్తూ ఉన్నాడు ,సీత పూజ అయ్యాక ఫ్రెష్ అవ్వడానికి వెల్లు రామ్ అని చెప్పి రామ్ ని పంపించింది.

కాలేజీ గేట్ దగ్గరికి వెళ్ళగానే

మళ్ళీ నిన్నలాగా సీనియర్ అన్న వాళ్ళు ర్యాగింగ్ చేస్తారా అనింది సీత భయపడుతూ

అదేం ఉండదు లే సీత అన్నాడు రామ్

ఏమో రామ్ ఆ సీనియర్ని తలుచుకుంటేనే వెన్నులో వణుకు వచ్చేస్తుంది అని అనింది సీత

ఆ సీనియర్ వీళ్ళకోసమే వేచి చూస్తున్నట్టు నిన్నటి రాగ్గింగ్ స్పాట్ లోనే నించొని ఉన్నాడు

అది చూసిన సీత ఒక్కసారిగా భయంతో గీత చేయి పట్టుకుంది

ఏం కాదులే సీత నేను మేనేజ్ చేస్తా అని అన్నాడు శివ

GOOD MORNING!! అన్న అన్నాడు శివ సీనియర్ని చూస్తూ

రా శివ అన్నాడు సీనియర్

అన్న రికార్డులు పూర్తి అయిపోయాయి అని రికార్డులు ఇస్తూ అన్నాడు శివ

వావ్ చాలా త్వరగా! అన్నాడు సీనియర్

ఆది!! 2nd YEAR సివిల్ అని పరిచయం చేసుకున్నాడు ఆ సీనియర్

సీత,రామ్ క్షమించండి, నిన్న 1ST డే కదా ఊరికే అలా ఆట పట్టించడనికి ర్యాగింగ్ అన్నాడు ఆది

పర్లేదు అన్న అన్నాడు రామ్

నిన్న ఆదితో ఉన్న మరో సీనియర్ వచ్చి ఏం విద్యా నెంబర్ అడిగితే ఇవ్వకుండానే వెళ్ళిపోయావ్ అని అన్నాడు

వీడు వినయ్ అని పరిచయం చేసాడు ఆది

హాయ్!! వినయ్ 2nd YEAR cse అని పరిచయం చేసుకున్నాడు వినయ్

నడుస్తూ మాట్లాడుకుందాం అని అడుగులు ముందుకి వేస్తూ,అవును ఫ్రెషర్ పార్టీకి డ్యాన్స్ లో మీ గ్రూప్ పక్కా పెర్ఫర్మ్ చెయ్యాలి అన్నాడు ఆది

డాన్సా అన్నారు అందరు ఒక్కసారిగా

అయ్యో ఏం కాదు బావుంటది సరదాగా,ఇవి అన్నీ జ్ఞాపకాలు ఇవే మీతో కాలేజీ అయ్యాక కుడా ఉండిపోయేవి మీరు తప్పకుండ పెర్ఫర్మ్ చెయ్యాలి అన్నాడు ఆది

ఆ చేస్తాం అన్నారు అందరు

That's the spirit , అన్నాడు ఆది

ఆ విద్యా నీ నెంబర్ ఇవ్వు అన్నాడు వినయ్

విద్యా తన నంబర్ షేర్ చేసింది వినయ్ తో

ఇంతలో 1 ST ఇయర్స్ బ్లాక్ రాడంతో సరే కలుద్దాం అన్నాడు ఆది

విద్యా,వినయ్ మాత్రం వీళ్లకి కాస్తా వెనకాల నడుస్తూ మాట్లాడుకుంటూ వస్తున్నారు

అన్న మీ నెంబర్ ఇస్తారా అన్నాడు రామ్

ఆ రామ్ నా నంబర్ తీస్కో, టచ్ లో ఉండు అన్నాడు ఆది

రామ్ కి తన నెంబర్ షేర్ చేసాడు ఆది

వినయ్,విద్య వీళ్ళ దగ్గరికి వచ్చారు

ఇంకా వినయ్,ఆది తమ క్లాస్లకి,రామ్ శివ గీత , విద్యా సీత తమ తమ క్లాస్లకీ వెళ్ళిపోయారు

రామ్ క్లాస్లో నిన్నటి ప్లేస్లో కూర్చొని సీతని చూస్తూ ఆ రోజు అంత గడిపేశాడు

కాలేజీ అవి ఇంటికివచ్చే దారిలో అవును ఎలా డాన్స్ అని అనింది విద్యా

విద్యా మాకు అంతగా డాన్స్ రాదు అని అనింది సీత

అవును! అని వంత పలికారు అందరు

నేను ఉన్న కదా నేను నేర్పిస్తా అని అనింది విద్యా తన గుండెల మీద చేయి వేస్కోని

హమ్మయ్య డ్యాన్స్ మాస్టర్ దొరికేసింది అన్నాడు శివ

అందరు నవ్వేశారు

ఇంటికి చేరి డిన్నర్ ప్రిపేర్ చేసుకొని డ్యాన్స్ ప్రాక్టీస్ బయట లాన్ లో మొదలు పెట్టారు విద్యా అందరికి డాన్స్ నేర్పిస్తూ ఉంది

ఈ పూటకి చాలు అనింది సీత

అవును అలిసిపోయాం అనింది గీత అలసటగా

ఎక్కడ వాళ్ళు అక్కడ ఆ లాన్ లో గెడ్డి మీద కూర్చొని ముచ్చట్లు పెట్టారు కాసేపు

డిన్నర్ కోసం లేచి వెళ్లి డిన్నర్ చేసి అలసిపోడంతో ఈరోజు టీవీ కూడా పెట్టలేదు ఎవరి బెడ్ రూమ్ లోకి వాళ్ళు వెళ్లి పడుకునేసారు.

రామ్, సీత మాత్రం అన్నీ గిన్నెలు కడిగి వెళ్ళి పడుకున్నారు

రామ్ దినచర్య సీతని తులసి కోట దగ్గర చూడడంతో మొదలై,కాలేజీకి వెళ్ళాక కిటికీలోంచి సీతని చూడడం,లంచ్ లో కలవడం, అప్పుడప్పుడు కాలేజీలో ఆది అన్న క్యాంటీన్ లో అందరితో కలిసి లంచ్ చేయడం ఇంటికి వచ్చి డాన్స్ ప్రాక్టీస్ , అలసిపోయి అందరు పడుకున్నా రామ్ సీతలు గిన్నెలు కడుగుతూ మాట్లాడడం.

సీత రోజు తన డైరీలో ఏవో రాస్కోని పడుకునేది

అనుకున్న ఫ్రెషర్స్ పార్టీ రానే వచ్చింది

డాన్స్ బాగా ప్రాక్టీస్ చేసి అందరు చాల కాన్ఫిడెంట్గా ఉన్నారు

ఆ డ్యాన్స్ కి తగ్గ ఔట్ఫిట్ బ్లాక్ షర్ట్,బ్లూ జీన్స్ రెడీ అవి కాలేజీకి బయలుదేరారు అందరూ

1st పెర్ఫార్మన్స్ మన రామ్ వాళ్లదే అవ్వడం పెర్ఫార్మన్స్ పెద్ద హిట్ అవ్వడంతో రామ్ వాళ్ళ గ్రూప్ కాలేజీలో పాపులర్ అయిపోయారు

డాన్స్ ఐన వెంటనే అబ్బాయిలకి అమ్మాయిలకి ప్రత్యేక సీటింగ్ ఏర్పాటు చెయ్యడంతో రామ్ శివ ఒక వైపు కూర్చున్నారు సీత గీత విద్యా ఇంకో వైపు కూర్చున్నారు

రామ్ సీతనే చూస్తూ ఉన్నాడు

సీత దగ్గరికి ఒక అమ్మాయి వచ్చి సీత చెవిలో ఏదో చెప్పి సీత ని తీస్కొని వెళ్ళింది

అది చూసిన రామ్ కూడా సీత వెంట వెళ్ళాడు.

Chapter 15

సీతని కాలీ రోడ్లోకి తీస్కొని పెళ్లి,అక్కడ వెలుగుతున్న స్ట్రీట్ లైట్ కిందకి రాగనే సీతని పిలుచుకొచ్చిన ఆ అమ్మాయి వదిలి వెళ్ళిపోయింది

ఆ వీధి దీపం వెలుగులోంచి సుమారు ఐదున్నర అడుగుల ఎత్తు, పొడవాటి మృదువైన జుట్టు, తెల్ల రంగు చొక్కా,నీలం రంగు జీన్స్ తెలుపు స్నీకర్లు వేసుకున్న ఒక అతను వచ్చి సీత ముందు నించొని హాయ్!! నేను సిద్దర్ద్ సిద్ధూ !!, నేను నీ క్లాసే అని అతన్ని అతనే పరిచయం చేసుకున్నాడు

ఓ రోజూ నన్ను క్లాస్లో గమనిస్తున్నావ్ అంట నువ్వే నా ?

అవును అన్నాడు సిద్ధు

ఇప్పుడు నన్ను ఎందుకు ఇక్కడికి తీస్కొని వచ్చారు ,అనింది సీత దబాయించినట్టు

చెప్తాను కోప్పడకు అన్నాడు సిద్ధు

ముందు చెప్పు కోప్పడాలో లేదో తరువాత చూద్దాం అనింది సీత కోపంగా

నిన్ను ట్రైన్ లో మొదటి సారి చూసినప్పుడే నీ మీద ప్రేమ పుట్టేసింది అన్నాడు సిద్ధు చేతిలో డైరీమిల్క్ సిల్క్, గులాబీ పువ్వు పట్టుకొని

ట్రైన్లోన ఎప్పుడు? ఎక్కడ? అనింది సీత ప్రశ్నార్థకమైనా మొహంతో

అదే ఆరోజు ట్రైన్లో వచ్చేటప్పుడు రామ్ మీ ఫ్రెండ్ నన్ను సీట్ ఎక్స్చేంజ్ చేసుకుంటారా అని అడిగితే లేదు అన్నాను కదా అది నేనే అని అన్నాడు సిద్ధు

ఓ !!,ఆ అహంకారం no నీదేన అనింది సీత విసుగ్గా

అవును !! నా ప్రేమ మొత్తాన్ని ఈ లెటర్లో రాసాను చదివి నీ రిప్లై చెప్పవ అని డైరీమిల్క్ రోజ్ ఇస్తూ ఐ లవ్ యు డియర్ సీత!! అన్నాడు సిద్ధు

నాకు ఇవి అన్నీ నచ్చవు ఐన చూడగానే ఎలా పుడుతుంది ప్రేమ అని అరిచి,సీత వెనుకకి తిరిగింది వెళ్ళిపోడానికి సిద్ధు సీతకి అడ్డు పడ్డాడు సీత ఎటు వెళ్తే అటు అడ్డు పడ్తున్నాడు సిద్ధు

సీత ఎలాగోలా వచ్చేయడానికి సిద్ధుని నెట్టి రెండు అడుగులు ముందుకు వేసింది

సీత చేయి పట్టుకొని చేతిలో ఉత్తరం పెట్టాడు సిద్ధు బలవంతంగా సీత వదులు అని అరుస్తూ గింజుకుంటున్న కూడా

అప్పుడు వరకు చీకటిలో నక్కి అంతా గమనిస్తు వింటున్న రామ్ కోపంతో సిద్ధు దగ్గరికి వెళ్లి వాడి చెంప చెల్లుమనిపించాడు

ఆడపిల్లని ఒక్కదాన్ని చేసి బలవంత పెడుతున్నావ్ ఏం మనిషివిరా నువ్వు,సిగ్గు లేదా నీకు అని అరుస్తు ఒక్కటి పీకాడు రామ్

రామ్ కొట్టిన దెబ్బకి రెండు అడుగులు వెనక్కి వేసి ఒక్కసారిగా ఎగిరి రామ్ మొహం మీద గుద్దాడు అతను

రామ్ కోపం కట్టలు తెంచుకుంది,ఎప్పుడు రామ్ ని అలా చూడలేదు సీత

రామ్, సిద్ధు ఇద్దరు మధ్య గొడవ ఆకాశంలో ఉరుములు పిడుగులని తలపిస్తుంది.

సీత కంగారుగ ఏడుస్తూ శివకి కాల్ చేసి శివ ఇక్కడ మనం క్లాస్ కి వెళ్లే దారిలో రామ్, ఒక అతను కొట్టుకుంటున్నారు త్వరగా రావా అని ఏడుస్తూ చెప్పింది.

శివ, ఆది అన్నని వెంట పెట్టుకొని క్షణంలో అక్కడికి వచ్చాడు

రామ్ 6 అడుగులు ఎత్తు , మహా బలసాలి కాడంతో సిద్ధుని చితకబాదాడు

శివ వచ్చి రామ్ ని పట్టుకొని వెనకకి లాగుకొని వెళ్ళాడు

ఆది అన్న, శివ ఏం జరిగింది అని సీతని అడిగారు

సీత ఏడుస్తూ రామ్ మోహానికి తగిలిన దెబ్బకి కారుతున్న రక్తంని తన చున్నీ తో తుడుస్తూ జరిగింది చెప్పింది శివకి, ఆది అన్న కి

ఆది అన్న సిద్ధుకి వార్నింగ్ ఇచ్చి, ఇలాంటి పనులు మళ్ళీ రిపీట్ అయితే బావుండదు అని చెప్పి పంపించాడు సిద్ధుని

రామ్ కోపంతో తీసుకుంటున్న శ్వాస సింహ గర్జనలా ఉంది సీత రామ్ ని అంత కోపంగా చూడడం అదే మొదటి సారి

శివ గీతకి కాల్ చేసి జరిగింది అంతా చెప్పి వెంటనే మెయిన్ గేట్ దగ్గరికి విద్యాని వెంటపెట్టుకొనిరా ఇంటికి బయలుదేరాలి అని చెప్పాడు

గీత రామ్ కి తగిలిన దెబ్బని చూసి బోరున ఏడ్చేసింది

శివ రోడ్ మీద వెళ్తున్న ఆటోని ఆపాడు

అందరూ ఆటోలో ఇంటికి చేరారు

రామ్ కీస్ తీస్కోని లోపలికి వెళ్ళాడు అందరికంటే ముందు

వాడు చేయి పట్టుకుంటే నీకు ఏం అయింది ఈడ్చి ఒక్కటి కొట్టలేవా ఐన అంత చీకటిలో ఎవరు లేకుండ ఎలా వెళ్ళావ్ కనిసం గీతసైనా వెంట పెట్టుకొని వెళ్ళాలి కద అని అరుస్తున్నాడు గెట్టిగా సీత మీద రామ్.

రామ్ ముందు కూర్చో దెబ్బకి ఫస్ట్ ఎయిడ్ చెయ్యాలి ఇటు కూర్చో అని రామ్ చేయి పట్టుకొని లాగింది సీత

రామ్ సీత చేయిని విదిలించుకుని ఇంకా ఆ పనికిమాలినవాడు ఇచ్చిన లెటర్ చేతులో పట్టుకొని ఉన్నావ్ ఆరోజు ట్రైన్ లో చూసా వాడి వేషాలు రాత్రి అంత నిన్నే గమనిస్తు ఉన్నాడు అలాంటి వాడు ఇచ్చిన లెటర్

ఇంకా చేతిలో పట్టుకొని ఉన్నావ్ ముందు ఆ లెటర్ని వదులు అని అరిచాడు రామ్ సీత మీద

ఐన ఎవరో లెటర్ ఇస్తే నీకు ఎందుకు అంత కోపం వస్తుంది రామ్ అని లేచి నిలబడ్డ రామ్ వైపు చూస్తూ అడిగింది సీత

గీత, లేచి బయటికి వెళ్ళిపోయింది

గీత వెంట విద్యా, శివ కుడా బయటికి వెళ్ళిపోయారు

రామ్ ఏం మాట్లాడలేదు

ఇల్లు అంత నిశ్శబ్దంతో నిండిపోయింది రామ్ సీతల శ్వాస తప్ప ఏమి వినిపించట్లేదు ఆ ఇంట్లో

చెప్పు రామ్ ఏం బెల్లంకొట్టినరాయిల నించున్నావ్ అడుగుతుంటే మాట్లాడు అనింది సీత గెట్టిగా

రామ్ సీత వంక చూడలేక వెనకకి తిరిగి నించున్నాడు

చెప్పు రామ్ అడుగుతున్నా కద మాట్లాడు అనింది సీత గెట్టిగా

రామ్ గెట్టిగా కళ్ళుమూసుకొని ఎందుకు అంటే నేను నిన్ను ప్రేమిస్తున్న సీత నా ముందు నిన్ను అలా చేయి పట్టుకుంటే నేను తట్టుకోలేక పోయాను

ఎప్పటి నుండి? అనింది సీత కోపంగా

ఇంటర్ లో నిన్ను మొదటి రోజు చూసినప్పుడు నుండి అని అన్నాడు రామ్ చిన్నగా తల వంచుకొని

ఐన చూసిన వెంటనే ప్రేమ ఎలా పుడుతుంది రామ్ అసలు అని అడిగింది సీత గెట్టిగ

రామ్ ఇంకా సీత వైపు తిరగకుండానే ఏంటీ? అన్నాడు

ఇటు తిరిగి మాట్లాడు రామ్, అనింది సీత కసిరినట్టు

చెప్పు ఇప్పుడు చెప్పు చూసిన వెంటనే ప్రేమ ఏంటి , వాడికి నీకు తేడ ఏంటి ఇప్పుడు అని అనింది సీత (సీత మాటలు దబాయిస్తున్నట్టు ఉన్నాయి)

అరవకు సీత చెప్పేది విను దారినపోయే పనికిమాలిన చెత్త పెధవల ప్రేమతో నా ప్రేమని కంపేర్ చెయ్యకు అని అరిచాడు రామ్

మరి నేను అడిగిన దానికి సమాధానం చెప్పు అనింది సీత

చెప్తా విను

బిడ్డ పుట్టగానే బిడ్డని చూసి , తనప్రేమ మొత్తాన్ని ఆ బిడ్డకి అంకితం చేస్తుంది అమ్మ ఆ బిడ్డ చూడడానికి ఎలా ఉన్న

ఇంక నాన్న అంటావా మనల్ని చూడకుండానే, డెలివరీ గది బయట నుండీ మన ఏడుపు విని తను అసలు ఏ బిడ్డ పుట్టాడో మగబిడ్డన, ఆడబిడ్డన అని తెలుసుకోకుండా సంబర పడిపోతు బిడ్డని చూడకుండానే తన ప్రేమని మనకి ఇస్తాడు నాన్న !!

నేను నిన్ను మొదట సారి చూసినప్పుడు తల్లి తండ్రులకి బిడ్డ మీద ఎలాంటి ప్రేమైతే పుడుతుందో అలంటి ప్రేమనే నాకు నీమీద పుట్టింది నా ప్రేమని ఇన్నాళ్లు నీకు చెప్పకపోడానికి కారణం భయం ఎక్కడ నువ్వు నా ప్రేమని ఒప్పుకోవో అని అన్నాడు కళ్ళవెంబట నీళ్లు పెట్టుకొని ఇప్పుడు చెప్పు సీత ఆ పెధవ సిద్ధు ప్రేమకి నా ప్రేమకి ఏమైనా పొంతన ఉందా?

ఇప్పటికి నువ్వు అవును మీ ఇద్దరి ప్రేమ ఒక్కటే అంటే ఇంక నీకు ఎప్పుడు కనిపించను,వినిపించను అని ఏడుపు గొంతుతో అన్నాడు రామ్!

సీత రామ్ వైపు చూస్తూ రామ్ ఒక అమ్మాయి ఇలా అబ్బాయిలతో కలిసి ఉండాలి అంటే కంఫర్ట్ ఉండాలి నీ దగ్గర నేను సేఫ్గ ఫీల్ అయ్యాను నేను ఆ రేవిని కొట్టింది నువ్వు ఆ చెట్టు వెనక ఉన్నావనే ధైర్యం తోనే, ఈరోజు ఆ అమ్మాయి ఎవరో పిలుస్తే అక్కడ వరకు వెళ్ళడానికి ధైర్యం

చేసింది నువ్వు నా వెనుక వస్తుండడం గమనించే,నువ్వు నన్ను మీ క్లాస్ రూమ్ లోంచి గమనించడం,నన్ను ఎవరో అబ్బాయి చూస్తున్నాడు అంటేనే నీ మొహం వాడిపోవడం,నువ్వు నేను భయపడుతున్న అని ట్రైన్లో నన్ను గమిస్తూ అలానే కూర్చోడం ఇవి అన్ని నా మీద నీకు ఉన్న ప్రేమని నువ్వు నాకు చెప్పకుండానే వ్యక్తపరిచావ్ రామ్

నువ్వు నన్ను ఎంతగా ప్రేమిస్తున్నావో నాకు ఇంటర్ నుండే తెలుసు రామ్ కానీ ఈ చూడగానే ప్రేమ పుట్టడం అనేది నేను నమ్మను రామ్

అంటే!! నువ్వు నన్ను ప్రేమించట్లేదా సీత,నా ప్రేమ ని రిజెక్ట్ చేస్తున్నావా అన్నాడు ఏడుస్తూ ఏడుపు వల్ల రాసిన గొంతుతో

అయ్యో నా పిచ్చి రామ్, ప్రేమ చూడగానే ఎలాపుడుతుంది అని అంత క్లియర్గ చెప్పి నా నమ్మకం తప్పని నిరుపించావ్ ,నేను నీకు చెప్పలేదు అంతె నేను నీతో ప్రేమలోనే ఉన్నాను, నీ ప్రేమని ఎప్పటికప్పుడు అనుభవిస్తూనే ఉన్నాను రామ్!!

అంటే నన్ను నువ్వు !!,అని రామ్ అంటుండగా

అవును ప్రేమిస్తున్నాను రామ్ అని అనింది సీత రామ్ ని కౌగిలించుకొని

రామ్ సీతని గెట్టిగా హత్తుకొని ఏడుస్తున్నాడు

ఉమ్మ!! నీ ప్రేమ ని ఒప్పుకున్నా కదా ఇంకా ఏడుస్తున్నావ్ అనింది సీత రామ్ వంక ఆ కోగిలిలోంచి తల పైకి ఎత్తి చూస్తూ.

ఇది నువ్వు ఒప్పుకున్న సంతోషం పట్టలేక వచ్చే కన్నీళ్లు సీత అన్నాడు రామ్

సీత రామ్ గుండెల మీద గిచ్చి,నవ్వింది

చాలసేపు గధిలో నిశ్శబ్దం, ఆ నిశ్శబ్దంని గమనించి భయట ఉన్న గీత, శివ, విద్యా లు లోపలికి వచ్చారు

రామ్ సీత వొళ్ళో తల పెట్టుకొని సోఫాలో పడుకొని ఉన్నాడు,సీతా రామ్ తల నెమురుతూ అలానే నిద్రపోయింది

ఇది గమనించిన ముగ్గురూ గుట్టు చప్పుడు కాకుండ ఎవరి బెడ్ రూమ్లలోకి వాళ్ళు వెళ్లి తలుపులు వేసుకున్నారు

Chapter 16

పొద్దున్నే పడే సూర్య కిరణాలు డైరెక్ట్ గా కిటికీలోంచి రామ్ ముఖం మీద పడుతున్నాయి

రామ్ ఆ కిరణాలు పడడంతో లేచి గడియారం వైపు చూశాడు

సమయం పొద్దున 7 రామ్ సీత ఒళ్లోంచి లేయడంతో సీత కుడా ఉలిక్కిపడి నిద్ర లేచింది

గీత,విద్యా రూమ్ లో ఎవరో లేచినట్టు ఉన్నారు చప్పుడు అవుతుంది అన్నాడు రామ్ సీతతో

సీత చూడడానికి వెళ్లి గది తలుపు తీసింది

గీత హడావిడిగా బ్యాగ్ సర్దుకుంటూ సీత వైపు చూసింది

ఏంటి గీత పొదున్నే బ్యాగ్ సర్ధుకుంటున్నావ్ ఏమైంది, అని అడిగింది సీత

చిన్న రిజిస్ట్రేషన్ పని పడింది,నాన్నగారు రమ్మని రాత్రి కాల్ చేసి చెప్పారు వెళ్ళాలి అని హడావిడిగ బ్యాగ్ సర్దుకుంటూ చెప్పింది సీతతో

ఓ!! అవున అనింది సీత

ఆ రామ్ లేచడ, మేమ్ అంత విన్నాం కంగ్రాట్యులేషన్స్ వాడు నిన్ను ఎంతగా లవ్ చేస్తున్నాడో అందరికంటే నాకే బాగా తెలుసు YOU are very lucky sita అనింది బ్యాగ్ జిప్ వేస్తూ

సీత నవ్వుతు రామ్ లేచాడు అని సమాధానం ఇచ్చింది

గీత, సీత ఇద్దరు గదిలోంచి బయటికి వచ్చారు.

ఎక్కడికి ఇంత పొద్దున్నే అన్నాడు గీత వైపు, బ్యాగ్ వైపు చూస్తూ రామ్

బావ నాన్న ఏదో రిజిస్ట్రేషన్ ఉంది అని అర్జంట్గా రమ్మన్నారు అందుకని అని సమాధానం ఇచ్చింది గీత

ఓ! అవున ఇప్పుడు ఎల బస్సా, ట్రైనా అని అడిగాడు రామ్

బస్ కి బావ 8 కి RTC నుండి అని చెప్పింది గీత

టైం కూడా అయిపోయింది అసలే ఇక్కడ నుండి వెళ్ళడానికి టైం పడుతుంది rtcకి పద పద అని తొందర పెట్టాడు రామ్

బావ నువ్వు రెస్ట్ తీస్కో నేను వెళ్తాను దెబ్బ ఎలా ఉంది అని అడిగింది గీత రామ్ దెబ్బ వైపు చూస్తూ

ఆ పర్లేదు ఇప్పుడు అన్నాడు రామ్

సరే బయలుదేరుతాను బావ అంటు మెయిన్ డోర్ వైపు వెళ్తూ అనింది గీత

గీత వెంట గేటు వరకు వెళ్లి ఆటో ఎక్కించారు రామ్ సీత

ఇంటికి వెళ్ళాక కాల్ చేయి గీత జాగ్రతగా అన్నాడు రామ్

సరే బావ

బై అని చేయి ఊపింది సీత

రామ్ సీత ఇద్దరు లోపలికి వస్తూ లాన్లోని బెంచ్ మీద కూర్చున్నారు

రామ్ నాకు ఇది అంత చాల కొత్తగా ఉంది కాని బావుంది మనసు చాల తేలికగా ఉంది

రామ్ సీత చిటికెనవేలు తన చిటికెనువేలుతో పట్టుకున్నాడు

సీత రామ్ వైపు చూస్తూ నొప్పి తగ్గింద అని అడిగింది దెబ్బకి వేసిన ప్లాస్టర్ని నెమురుతూ

నీ చేతి స్పర్శ తగిలింది కద నొప్పి అంతా ఎగిరిపోయింది అని అన్నాడు రామ్ నవ్వుతూ

చాల్లే ! అని రామ్ చేయి మీద తడుతూ నవ్వుతూ అనింది సీత

సీత రామ్ చేతిని పట్టుకొని రామ్ భుజం మీద తల వాల్చింది

అలా ఇద్దరుకాసేపు లాన్ లోని బెంచ్ మీద కూర్చొని కళ్ళుమూసుకొని ఉన్నారు

శివ, విద్యా వెనుక నుండి వచ్చి ఒక్కసారిగా హుహుహూ !!!!! అని అరిచారు

సీత రామ్ ఇద్దరు ఒక్కసారిగా ఉలిక్కిపడి కళ్ళు తెరిచారు

FINALLY!! చెప్పేసావ్ మావా అని శివ రామ్ ని ఎగిరి హాగ్ చేసుకున్నాడు

సీత పాపం సిగ్గు పడుతూ లోపలికి వెళ్ళిపోయింది

....

రామ్ సీత ల మద్య చనువు ఎక్కువ అయింది

రామ్ ,సీత ,శివ సెంకి, సెంకి మద్య వచ్చే గ్యాప్ లో ఏదో ఒక కోర్సులో జాయిన్ అవి ఇంటికి వెళ్లడమే మర్చిపోయారు.ఆ రెంట్కి ఉన్న ఇల్లే తమ ఇల్లు అయిపోయింది, అందరూ ఒక కుటుంబంల అయిపోయారు, విద్యా ప్రతి సెలవలకి పండగలకి ఇంటికి వెళ్లి వస్తు ఉండేది,గీత ఫ్రెషర్స్ పార్టీ ఐన తరువాత నుండి తరచు ఏదో ఒక కారణంతో ఇంటికి వెళ్లడం మొదలు పెట్టింది,సిద్ధు 1year అటెండన్స్ లేక డిటైన్ అవి 2nd ఇయర్ లోనే ఉన్నాడు.

అప్పుడప్పుడు రామ్ వాళ్ళ నాన్న గారు,శివ నాన్న గారు చెన్నై కి వచ్చి కలిసి వెళ్లే వారు,రామ్ కి అంజనమ్మ గారు వీలు ఉన్నపుడు ఫోన్ చేసి కాల్ లో మాట్లాడే వారు

శివ పూర్తిగా విద్యా మైకంలో పడిపోయాడు ,ఇద్దరు చాల దగ్గర అయ్యారు

చూస్తూ చూస్తూ రెండు ఏళ్ళు గడిచిపోయాయి 3వ సంవత్సరం లోకీ వచ్చేసారు

ఆది అన్న వాళ్ళు ఫైనల్ ఇయర్స్ అయ్యారు

ఆది అన్న, వినయ్ ఇంకా కొంత మంది సీనియర్స్ తో సెమినార్ హాల్ లో మీటింగ్ నిర్వహిస్తున్నారు.అందరూ సరిగ్గా నాలుగుకి అంత సెమినార్ హాల్లో ఉండాలి అని కాలేజీ వాట్సాప్ గ్రూప్లో మెసేజ్ వచ్చింది.

అందరు విద్యార్థులు నాలుగుకి అంత సెమినార్ హాల్ కి వెళ్ళిపోయారు

ఆది అన్న మైక్ లో గుడ్ ఈవినింగ్ గైస్, ఈ మీటింగ్ వెనుక కారణం మనం ఈ సంవత్సరం కాలేజీ ఫెస్ట్ నిర్వహించబోతున్నాం అని గెట్టిగా ఉషారుగ అన్నాడు మైక్లో

విద్యార్థులు అందరు ఒక్కసారిగా ఓహ్హ్ అని గెట్టిగా అరవడం మొదలు పెట్టారు

దయచేసి దయచేసి నిశ్శబ్దం,అన్నాడు ఆది మైక్లో

స్టూడెంట్స్ అంత సైలెంట్ గా ఆది నెక్స్ట ఏం చెప్తాడా అని ఆసక్తి గ వింటున్నారు

Now we going to launch our fest poster అని, ఒక్కసారిగా లైట్స్ ఆఫ్ యానిమేషన్స్ తో ప్రొజెక్టర్ తో స్క్రీన్ మీద కాలేజీ ఫెస్ట్ పోస్టర్ డిస్ప్లే చేసారు

విద్యార్థులు సంతోషంతో కేరింతలు పెడుతూ,గెట్టిగా ఈలలు వేస్తున్నారు.

లైట్స్ ఆన్ అయ్యాయి.

మీరు చూసినట్టే 21st ,22nd మన ఫెస్ట్ జరుగుతుంది ఇందులో అన్నీ ఆటలు నిర్వహించడం జరుగుతుంది ఇవి అన్నీ రేపటి నుండే మొదలు

ఆవుతున్నాయి (ఇంగ్లీష్ లో చెప్పాడు ఆది) అని ఆది చెప్పడంతో ఇంకా అరుపులు,కేరింతలు ఎక్కువ అయ్యాయి.

మెం ప్రతి ఇయర్ నుండి ఒక్కరిని కోఆర్డినేటర్స్ గ సెలెక్ట్ చేసి కమిటీ వేసాం, ఇప్పుడు ఆ పేర్లని చదువుతాం అని ఇంగ్లీష్ లో చెప్తూ నేమ్స్ చదవడం మొదలు పెట్టాడు

Ram from 3rd year అని అనగానే ఒక్కసారిగా రామ్ రామ్ రామ్!!! అని అరవడం మొదలు పెట్టారు స్టూడెంట్స్ అంత,రామ్ కి స్టూడెంట్స్ లోను టీచర్స్ లోను చాల మంచి పేరు ఉండడమే దీనికి కారణం

పేర్లు చదవడం ముగిసింది

ఇప్పుడు మేం పేర్లు చదివిన వాళ్ళ లోనే కాదు ప్రతి ఒక్కరు ఎవరి సెల్ఫ్ ఇంట్రెస్ట్ తో వాళ్ళు అన్నీ యాక్టివిటీస్ లో పాలుపంచుకొని ఫెస్ట్ ని విజయవంతం చేయాలి అని కోరుకుంటున్నాను ఈ పేర్లు కాకుండా కమిటీలో ఉండటానికి ఆసక్తి ఉన్న వాళ్ళు ఇక్కడ ఉండండి, మీరు కమిటీలో భాగం కావచ్చు మిగిలిన వాళ్ళు వెళ్ళవచ్చు

విద్యా నేను ఉంటాను మరి మీరు అని అడిగింది సీత, గీత, శివని.

నేను కూడా అన్నాడు శివ.

విద్యా ఉంటె,విద్యా తోకవి నువ్వు ఉండకపోతే ఎలా అని అనింది చిన్నగా సీతకి రామ్ కి వినిపించేల గీత.

రామ్,సీత, గీత నవ్వుకుంటున్నారు.

విద్యా,శివ వీళ్ళ వైపు చూస్తూ, మాకు చెప్పచ్చు కదా మెము నవ్వుతాం అనింది విద్యా.

అది ఏంలేదు విద్యా గీత,సీతకి ఇంట్రెస్ట్ లేదు అంట అని కవర్ చేసాడు రామ్.

రామ్,విద్యా,శివ కమిటీ మీటింగ్ ఉండడంతో సెమినార్ హాల్లో ఉండిపోయారు.

గీత,సీత ఇంటికి బయలుదేరారు.

గీత ఇంటికి వెళ్లే దారిలో నడుస్తూ నువ్వు చాల అదృష్టవంతురాలు సీత అని అనింది సీతతో.

ఎందుకు?

రామ్ వాళ్ళ అమ్మని విడిచి ఒక్క క్షణం కూడ ఉండే వాడు కాదు చిన్నప్పుడు నుండి ఇప్పుడు వాడు ఈ 3 సంవత్సరాలలో వాళ్ళ అమ్మతో ఫోన్ లో మాట్లాడింది కుడా వేళ్ళ మీద లెక్క పెట్టచ్చు వాడు నిన్ను అంత ప్రేమిస్తున్నాడు ఎన్ని గొడవలు వచ్చిన మీ ఇద్దరు మాత్రం ఆ సీత రాములల ఎప్పటికి కలిసి ఉండాలి అని ఎప్పుడు అనుకుంటూ ఉంటాను అని చెప్పింది గీత సీత వైపు చూస్తూ

సీత నవ్వుతు ఎప్పటికి కలిసే ఉంటాం అని బదులు ఇచ్చింది

మాటలలోనే ఇంటికి చేరారు ఇద్దరు

రామ్,శివ ఇంటికి వచ్చారు

వీళ్ళను చూసిన సీత, విద్యా ఎక్కడ అని అడిగింది గుమ్మం వైపు చూస్తూ

విద్యాకి ఏదో పని ఉంది అంట తను ఈ పూటకి కాలేజీ హాస్టల్ లో ఉంటుంది అంట అని అన్నాడు శివ

ఓహ్!! అలానా ఫ్రెష్ అవి రండి డిన్నర్ చేద్దాం అని అనింది సీత

అందరూ కలిసి భోజనం చేసి పడుకున్నారు

రామ్ మాత్రం మేడ మీదకి వెళ్లి చాలాసేపైనా కిందకి రాలేదు,రామ్ కోసం అని సీత మేడ మీదకి దుప్పటి తీస్కొని వెళ్ళింది కొంచం చల్లగా ఉండడముతో

రామ్ నించోని ఆకాశములోని నక్షత్రాలని చూస్తూ,సీత రావడం కుడా గమనించలేదు

సీత వచ్చి రామ్ ని వెనుక నుండి హత్తుకుంది

ఉమ్మ్!! ఏంటి పడుకోలేద అన్నాడు రామ్ సీత వైపు తిరిగి

లేదు నీకోసం చూసి చూసి నువ్వురాలేదు అని నేనే పైకి వచ్చా అని అనింది సీత రామ్ వైపు చూస్తూ

సీతా రామ్ ఇద్దరూ మేడ మీద ఉన్న ఉయ్యాలలో సీత తెచ్చిన రగ్గుని కప్పుకొని కూర్చున్నారు

సీత వచ్చి ఐదు నిమిషాలు అవుతున్నా రామ్ ఏం మాట్లాడలేదు

రామ్ ఏం అయింది ఫెస్ట్ గురించి ఆలోచిస్తున్నావ అనింది సీత

ఆఆ !!! అన్నాడు అడిగిన కాసేపటికి

నిజం చెప్పు రామ్ నీకు అబద్దాలు చెప్పడం రాదు అని నాకు తెలుసు ఏంటి నా దగ్గర దాచుతున్నారు రామ్ గారు అని అడిగింది సీత

రామ్ సీత భుజాల మీదనుండి తన చేతులని పోనించి గెట్టిగా హత్తుకొని శివ గురించి ఆలోచిస్తున్న సీత అని అన్నాడు సీత తలకి తన తలని ఆనించి

ఏం అయింది శివకి అని అడిగింది సీత,సీత గొంతు కంగారుగా షాక్లో అన్నట్టు ఉంది

విద్యా,వినయ్ ల గురించి కాలేజీ మొత్తం కోడై కూస్తుంది అది నేను శివ చెవికి చేరనివ్వకుండా చూసుకుంటున్నాను అని అన్నాడు రామ్ దిగాలుగ

ఈరోజు కూడ కాలేజీ హాస్టల్లో ఉంటా అని చెప్పి ఆ వినయ్ గాడితో మెరీనా బీచ్లో తిరిగుతుంది అంట ఆది అన్న కాల్ చేసి చెప్పాడు అని అన్నాడు రామ్ , తన తలని సీత తలమీదనుంచి తీసి తన ఎడమ చేయి ని కళ్ళకి అడ్డుగా పెట్టుకొని

బాధపడకు రామ్ నేను కూడా గమిస్తునే ఉన్నా విద్యా క్యారెక్టర్ ఏం బాలేదు ఏదో 1st నుండి మనతో ఉంటుంది అనే కానీ రోజు పడుకున్న తరువాత ఫోన్లో గుసగుసలాడుతూ ఉంటుంది ఈ మధ్య ఎవరితోనో వీడియో కాల్స్ కూడ మాట్లాడుతుంది అంటు సీత రామ్ భుజం మీద తల వాల్చుకుంది

ఇది అంత శివకి తెలిస్తే వాడు ఏమైపోతాడో అని ఆలోచిస్తుంటేనే భయంగా ఉంది సీత అన్నాడు రామ్ దిగాలుగ

అర్థమయ్యేలా చెపుదాంలే రామ్ భయపడకు

ఇవాళ ఏమైందో తెలుసా అనింది సీత

చెప్తే కద తెలుస్తుంది అన్నాడు రామ్

చెప్తా విను అని గీత దారిలో వచ్చే అప్పుడు చెప్పిన మాటలు రామ్ కి చెప్తు సీత మురిసిపోతుంటే,రామ్ కళ్ళకి సీత అందం ఆ పున్నమి వెన్నలో తామరి కొలనులా అనిపించి సీతని దగ్గరికి తీస్కొని హత్తుకున్నాడు

ఏంటి అండోయ్ రామ్ గారు , అనింది సీత

సీత పెళ్లి చేస్కుందామా

ఎప్పుడు?అనింది సీత ప్రశ్నార్ధకంగ

ఇప్పుడే అని అన్నాడు రామ్

ఇప్పుడా? తాళి ,మంగళవాయిద్యాలు,తలంబ్రాలు,బంధు మిత్రులు ఇవి అన్ని లేకుండా పెళ్లి ఎలా అని అనింది సీత పెటకారంగ

నిన్ను నన్ను దగ్గరికి చెర్చినా ఈ రగ్గే తాళి అనుకో!

ఇంక తలంబ్రాలా అవి ఆ పైనా ఉన్న నక్షత్రాలే , ఎన్ని తలంబ్రాలో !!

ఇదిగో ఈ విమాన శబ్దమే,మంగళవాయిద్యం!

చంద్రుడే ఈ పెళ్లి సాక్షి!

దిక్కులే బంధు మిత్రులు!

ఏం అంటావ్ చేసుకుందామా అని అన్నాడు రామ్ సీత వంక కొంటెగా చూస్తూ

చాల్లే బాబు అప్పుడే కాదు అని సిగ్గు పడుతూ అనింది సీత

ఆ వెన్నెలలో ఆ ఉయ్యాలలో ఒకరికి భుజం మీద ఒకరు అలానే నిద్రపోయారు జంట పక్షుల్లాగా....

Chapter 17

రామ్, శివ పూర్తిగా ఫెస్ట్ పనుల్లో బిజీ అయిపోయారు

గీత ఏదో పని మీద ఊరు వెళ్ళింది

విద్యా బొత్తిగా ఇంటికి రావడం మానేసింది

సీత కూడా రామ్ కి అన్నిటిలో కాకపోయిన కొన్నిట్లో సాయం చేస్తు,ఇంటి పనులు అన్ని తన భుజాల మీద వేసుకుంది

ఫెస్ట్ డే వచ్చేసింది సరిగ్గా సమయం అటు ఇటుగ 7 కల్చరల్ ఈవెంట్స్కి అంతా సిద్ధం అయింది ,కాలేజీని ఎంతో అందంగ ముస్తాబు చేసారు మునుపు ఎప్పుడు లాగా లేదు కాలేజీ మూడు ఏళ్లలో ఎప్పుడు ఆన్ చెయ్యని ఫౌంటెన్ ఆన్ చేయడంతో ఫౌంటెన్ చుట్టూ స్టూడెంట్స్ ఫోటోస్ తీసుకుంటూ కలకలలాడుతుంది కాలేజీ ఎటు చూసిన కలర్ఫుల్ గ స్టూడెంట్స్ తో నిండిపోయింది

శివ,రామ్ స్టేజ్ దగ్గర పనులు అన్నీ చూసుకుంటూ బిజీ బిజీగా ఉన్నారు సీత తన క్లాస్ మేట్స్ తో కూర్చోని కల్చరల్స్ చూస్తుంది ,విద్యా ఇంకా వినయ్ ఎటు వెళ్లారో తెలియదు

అన్నీ సరిగ్గా సాగుతున్నాయి తదుపరి ఫెస్ట్ కమిటీ నృత్య ప్రదర్శన కావడంతో కమిటీ సభ్యులు అందరు స్టేజి వెనకకి చేరారు

రామ్ కి వెంకటపతి గారి నుండి ఫోన్ వచ్చింది మాములుగా రామ్ కి తన తండ్రి గారి దగ్గర నుండి ఫోన్ రాడం చాల అరుదుకాడంతో రామ్ ఫోన్ తీస్కోని స్టేజికి స్పీకర్స్ కి కాస్త దూరం వెళ్లి ఫోన్ లిఫ్ట్ చేసాడు

హలో!!, నాన్న చెప్పండి

ఆ రామ్ నువ్వు వెంటనే ఇంటికి బయలుదేరి రా అత్యవసర పని పడింది

ఇప్పుడు ఫెస్ట్ జరుగుతుంది నాన్నగారు, ఇప్పుడే బయలుదేరాల అన్నాడు రామ్

ఆ అవును రామ్ ఇప్పుడే ఉన్నపలన కాలేజీ నుండే బయలుదేరిపో అని చెప్పి వేంకటపతి కాల్ కట్ చేసాడు

రామ్ గీతకి కాల్ చేసాడు ,

హలో! గీత నాన్న గారు ఉన్నపలాన ఇంటికి వచ్చేయి అన్నారు మీకు ఏమైనా చేసారా

ఆ బావ నేను మీ ఇంట్లోనే ఉన్నాను,వెంటనే బయలుదేరి రా బావ

ఏం అయింది ఏం అంత అత్యవసరంగా రమ్మంటున్నారు

వచ్చాక అన్నీ వివరంగా చెప్తాను నువ్వు రా బావ

సరే అని చెప్పి రామ్ కాల్ కట్ చేసాడు

సీతకి కాల్ చేసాడు ఇంటికి వెళ్తున్న విషయం చెప్పడానికి,సీత కాల్ కలవలేదు

రామ్ శివ దగ్గరికి వెళ్లి విషయం చెప్పి సీతకి చెప్పు శివ నేను ఇలా అత్యవసరంగా వెళ్ళాను అని చెప్పకు కంగారు పడుతోంది నువ్వు ఏదో ఒకటి చెప్పి కవర్చేయి నేను బయలుదేరుతాను అని చెప్పాడు రామ్ గెట్టిగా శివ చెవిలో ఆ స్పీకర్లు గోలలో

సరే నేను చూసుకుంటా ఇంటికి చేరాకచెప్పు రామ్ జాగ్రత్త అని చెప్పాడు శివ

ఓకే బై శివ , అని చెప్పి బస్టాండ్కి చేరాడు రామ్

రామాపురంకి డైరెక్ట్ బస్ ఉండడంతో బస్లోకి ఎక్కి టిక్కెట్ తీస్కోని , కిటికీ పక్కన కూర్చోని కిటికీలోంచి చుస్తున్నాడు రామ్

సీత పక్కనే ఉన్న హైదరాబాద్ బస్సు ప్లాటుఫారం దగ్గర కనిపించింది రామ్ చేయి ఊప్తుండగా హైదరాబాద్ బస్సు ప్లాటుఫారం మీదకి వచ్చి రామ్ కి అడ్డు పడింది

రామ్ బస్సు దిగడానికి బస్సు స్టెప్స్ దగ్గరికి వచ్చి నించున్న చోటే నించొని ఆగిపోయాడు,

సీత, సీత ముందు సిద్ధు ట్రావెల్ ట్రెక్కింగ్ బ్యాగ్ వేసుకొని నించోని ఉన్నాడు

రామ్ కి వాళ్ళని అక్కడ చూసి ఏమి అర్థం అవ్వక అలానే చూస్తూ నించున్నాడు బస్సు ఎంట్రీ స్టెప్స్ దగ్గరే ఒక్కసారిగా సిద్ధు సీతని గెట్టిగా హగ్ చేసుకున్నాడు సీత కుడా సిద్ధు భుజం మీద తన చేతితో తట్టింది

ఇది అంతా చూసిన రామ్ మనసు బరువు అయిపోయింది,కళ్ళు చెమ్మగిల్లాయి అంతా మసకగ కనిపిస్తుంది

ఇంతలో రామాపురం బస్సు డ్రైవర్ బస్సు ఎక్కి ఒక్కసారిగా హార్న్ గెట్టిగ మోగించి బాబు లోపలికి పద అన్నాడు రామ్ ని రామ్ కళ్ళు తుడుచుకుంటూ వెళ్లి తన సీట్లో కూర్చొని కళ్ళు మూసుకొని సీత సిద్ధు కౌగిలించుకుందే గుర్తు చేస్కుంటూ లోలోపల కుమిలిపోతు తన చేయిని కళ్ళకి అడ్డుగా పెట్టుకొని బయటికి వస్తున్న కన్నీళ్ళని ఆపుతున్నాడు.

బస్సు తెల్లవారుజామున 8 గంటలకి రామాపురం చేరింది

రామ్ ని పిక్ చేస్కోడానికి వెంకటపతి గారు కారు పంపించారు

బస్సు దిగుతున్న రామ్ ని చూసిన కారు డ్రైవర్ రామ్ ని చూసి చేయి ఎత్తి రామ్ బాబు అన్నాడు గెట్టిగా

రామ్ వచ్చి కారులో కూర్చున్నాడు రాత్రి అంత సిద్ధు సీతలదే తలుచుకుంటూ ఏడ్చి ఏడ్చి కళ్ళు బాగా లావు అయిపోయాయి ఎర్రగా ఉండడం గమనించిన కారు డ్రైవెర్ రామ్ బాబు నిద్ర పట్టలేదా రాత్రి అన్నాడు

ఆ అన్న అని ఊరుకున్నాడు రామ్

ఇల్లు అంత నిశ్శబ్దంగ ఉంది కారు శబ్దం విన్న గీత బయటికి వచ్చి నించుంది

రామ్ కార్ దిగుతు ఏమైందే అన్నాడు

గీత ఏడుస్తూ ఏం లేదు బావ పద లోపలికి అని రామ్ చేయి పట్టుకొని బెడ్ రూమ్ లోకి తికొని వెళ్ళింది

అంజనమ్మ గారు బెడ్ మీద పడుకొని కళ్ళుముస్కోని ఉన్నారు చేతికి సెలైన్ ఎక్కుతూఉంది అంజనమ్మ గారి మొహం పీక్కపోయింది, జుట్టు అంత ఊడిపోయింది,కళ్ళు చుట్టూ నల్ల చారలు పడిపోయి ఉన్నాయ్.

రామ్ మూడు ఏళ్ళు తరువాత తల్లిని అలా చూడడం తట్టుకోలేకపోయాడు కళ్ళు వెంబట నీళ్లు ఆగడం లేదు

రామ్ ని చూసిన వెంకటపతి గారు

అంజనమ్మ చెవిలో రామ్ వచ్చాడు అని అన్నారు

రామ్ కి అసలు ఏమి అర్ధం అవ్వడం లేదు

అంజనమ్మ కళ్ళు తెరిచి రామ్ వైపు చూస్తూ ఇలారా అన్నటు తల ఊపుతూ సైగ చేసారు

రామ్ బెడ్ మీద కూర్చోని కళ్ళు వెంబట నీళ్లు పెట్టుకోని,అంజనమ్మ చేయి పట్టుకొని ఏమైంది అమ్మ అని అడిగాడు

అంజనమ్మ గారు ఓక లెటర్ రామ్ చేతిలో పెట్టి,గీత వైపు చూసింది గీత అంజనమ్మ దగ్గరికివెళ్లి రామ్ పక్కన కూర్చుంది ఏడుస్తూ

ఏడవకండిర చివరి క్షణాలలో నిన్ను చూడాలి అనిపించి రమ్మన్నాను రామ్ బాబు అని అనింది

ఏంటి అమ్మ అలా మాట్లాడుతున్నావ్ అని అన్నాడు రామ్

నేను చెప్పేద్ది విను బాబు నాకు ఏక్కువ సమయం లేదు అంటూ గీత రామ్ ల చేతులు చేతిలోకి తీసుకుంది అంజనమ్మ

గీత వీడిని నా లాగ చూసుకోగలిన దానివి నువ్వు మాత్రమే,రామ్ ని జాగ్రత్తగా చుస్కోమంటూ రామ్ వైపు చూస్తూ రామ్ చెంప మీద చేయి వేసి   దగ్గరికి తీస్కొని రామ్ నుదిటన ముద్దాడుతూ చివరి శ్వాస విడిచారు అంజనమ్మ

అమ్మా !! అమ్మా!! లే అమ్మ అమ్మ నువ్వు పడుకున్నావ్ అని నాకు తెలుసులే అమ్మ ఒక్కసారి చూడు అమ్మ అని అంజనమ్మగారి చేతిని నుదుటన హత్తుకొని ఏడుస్తున్నాడు రామ్

వెంకటపతి గారు వచ్చి అంజనమ్మ గారి నాడి పట్టుకు చూశారు అంజనమ్మ గారు చనిపోయరు అని నిర్ధరించుకొని,రామ్ గీతలను గెట్టిగ హత్తుకుని మీ అమ్మ మనల్ని విడిచి వెళ్ళిపోయింది రామ్ అని పెద్దగా ఏడవడం మొదలు పెట్టారు

Chapter 18

చుట్టుపక్కల 5 ఊర్ల ప్రజలు అంజనమ్మ చేసిన మంచికి ఆమే ని చివరాకరగా చూసి స్మరించుకోడానికే ప్రజలు అంత వచ్చి అంజనమ్మ గారిని చూసి కన్నీరు మున్నీరు అవుతున్నారు.

అంజనమ్మ గారి మృతదేహం కాళ్ళ దగ్గర కూర్చొని విలపిస్తున్న రామ్ ని గీత దగ్గరికి చేర్చుకొని ఓదారుస్తూ ఉండగ, గీత అసలు ఏమైంది అమ్మకి అయినా ఇంత బాలేకపోతే నాకు ఎందుకు చెప్పలేదు ఇన్ని రోజులు

గీతా రామ్ వైపు చూస్తూ అత్తయ్యకి క్యాన్సర్ బావ,నీతో చెప్పొద్దని మా అందరి దగ్గర మాట తీసుకుందని ఏడుపు గొంతుతో చెప్పింది గీత

ప్రేమలో మునిగిపోయి తల్లికి బాలేకపోయిన,చూస్కోలేని దౌర్భాగ్యపు కొడుకుని ఈ లోకం లో నేనై ఉంటాను అంటూ తన రెండు మోకాళ్ళ మధ్య తల పెట్టుకొని ఏడుస్తున్నాడు రామ్

ఊర్కో బావ ఆలా ఏం లేదు ,మేమంతా ఉన్నాం కదా అని అంటూ రామ్ వీపుమీద నెమురుతూ దగ్గరికి తీసుకుంది గీత

అంజనమ్మ గారికి అంత్యక్రియలకి చుట్టుపక్కల 10 ఉర్లనుండి వచ్చిన ప్రజలతో రోడ్లు అన్ని నిండిపోయాయి

గీతకి కాల్ చేసి విషయం తెలుసుకున్నా శివ,సీతలు అంత్యక్రియలైన మర్నాడు రామ్ ని కలవడానికి వచ్చారు

గీత వెళ్లి శివ,సీతలని బస్ స్టాప్ నుండి ఇంటికి తీస్కొని వచ్చింది

రామ్ ఏడ్చి ఏడ్చి రెండు రోజులు నుండి అన్నం ముట్టక , కళ్ళు మొహం పీక్కుపోయి ఉన్నాయి

తల్లి ఫోటో ముందు కూర్చొని ఏడుస్తున్న రామ్ ని చూసిన సీత మనసు విలవిల లాడిపోయింది, రామ్ ని వెళ్లి గెట్టిగ హత్తుకోవాలి అనిపించి 2 అడుగులు ముందుకి వేసి రామ్ వాళ్ళ ఇల్లు అని గుర్తొచ్చి రామ్ పక్కన వెళ్లి కూర్చొని ఓదారుస్తుంది సీత

రామ్ కి అటు వైపు సీత,ఇటు వైపు శివ కూర్చున్నారు

రామ్ ఏమైనా తిన్నావా అని అడిగింది సీత

రామ్ ఏం ఉలుకు పలుకు లేదు

అన్నం ముట్టి రెండు రోజులు అయింది సీత,తినమంటే వద్దు అంటున్నాడు అనింది గీత

గీత అన్నం ప్లేట్ లో తెస్కొని రావ అని అనింది సీత

గీత ప్లేట్ లో అన్నం తెస్కొని వచ్చి,సీతకి ఇచ్చింది

సీత అన్నం ప్లేట్ రామ్ కి ఇచ్చింది చేతితో పక్కకి నెట్టేశాడు రామ్

తిను రామ్ తినకపోతే ఎలా అనింది సీత

రామ్ మౌనంగా అంజనమ్మ గారి ఫోటో వైపే చూస్తూ ఉన్నాడు

రామ్ ఎల్లుండి మిరు భయలుదేరండి అన్నారు వెంకటపతి గారు వచ్చి

ఆఆ సరే మావయ్య అనింది గీత

గీత ఇటు రా అమ్మ అని గీతని పక్కకి పిలిచారు వెంకటపతి

వీడు ఇక్కడ ఉంటె ఇలానే ఉంటాడు గీత కాలేజీకి వెళ్తే కొంచం డైవర్ట్ అవుతాడు అని వెళ్ళమంటున్న అని అన్నాడు వెంకపతి బాధగా

ఆఆ సరే మావయ్య అని అనింది గీత

శివ,గీత,సీత ఎంత మాట్లాడాలి అనుకున్న రామ్ మాట్లాడలేదు పెద్దగ ఉ ,ఆ తో ముగిస్తున్నాడు .

....

రామ్ వాళ్ళ ప్రయణానికి అన్నీ సిద్ధం చేసారు వెంకటపతి గారు

వెంకటపతి గారు తన అంతట తానే వెళ్ళి రైలు ఎక్కించారు నలుగురిని

కూ!! అంటు కూత పెట్టుకుంటు రైలు ప్లాట్ఫారం మీదకి వచ్చింది రామ్ ఏం మాట్లాడకుండా వెళ్ళి ట్రైన్లో కూర్చున్నాడు

రామ్ ని జాగ్రత్తగా చుస్కో గీత అన్నారు వెంకటపతి గారు రైలు డోర్ లో నించోని ఉన్న గీత తో

ఆ రామ్ ని నేను చూసుకుంటా మిరు జాగ్రత్త మావయ్య,ఆరోగ్యం జాగ్రత్త అనింది గీత

అంతలో రైలు కదిలింది

జాగ్రత్త అమ్మ అంటూ చేయి ఉపుతున్నారు ప్లాట్ఫారం మీద నించొని వెంకటపతి గారు

గీత రైలు స్టేషన్ దాటే వరకు రైలు తలుపు దగ్గర నించోని వెంకట పతి గారిని చూస్తూఉంది

రైలు స్టేషన్ దాటేసింది , గీత వెళ్ళి రామ్ సీత శివల దగ్గర కూర్చుంది.

రామ్ కిటికి పక్కన కూర్చోని భయట చూస్తూ ఉన్నాడు,రామ్ కళ్లలో నుండి వస్తున్న ఆ కన్నీళ్లు గాలికి ఎగిరి వెనక్కి పడ్తున్నాయి

రామ్ ఎదురుగా కూర్చొని ఉన్న సీత లేచి వెళ్ళి రామ్ పక్కన కూర్చొని రామ్ చేయి పట్టుకుంది

రామ్ సీత చెయినివదిలించుకొని వెళ్ళి అటు వైపు ఉన్న సీట్ లో కూర్చొని కిటికీ వైపు చూస్తూ ఉన్నాడు

రామ్ , సీతతో అలా ప్రవర్తించడం ఒక్కసారిగా అందరిని ఆశ్చర్యానికి గురి చేసింది

మర్నాడు పొద్దున్న అందరు ఇంటికి చేరారు

రామ్ తన బెడ్ రూమ్ లోకి వెళ్ళడానికి డోర్ ఓపెన్ చేసాడు,రూమ్ లో రెండు,మూడు బీరు బాటిల్లు ఇంకా సిగరెట్ బూడిద కొన్ని సిగరెట్ పీకలు కనిపించాయి

శివ!!! అని అరిచాడు గెట్టిగ రామ్

శివ,గీత,సీత అందరు పరిగెట్టుకుంటూ వచ్చారు

ఏంట్రా ఇది అని అడిగాడు రామ్, శివ వైపు చూస్తూ కోపంగా

రామ్!! అది అన్నాడు శివ

నేను చెప్త రామ్ అనింది సీత

నిన్ను అడిగానా నేను నువ్వు సైలెంట్గ ఉండు అని నోటి మీద వేలు వేస్కోని సీత వైపు ఉరిమి చూశాడు రామ్

రామ్! అది విద్యా ఆ వినయ్ తో తిరగడం వాళ్ళు ఇద్దరు ముద్దు పెట్టుకుంటూ నాకు ఫెస్ట్ లో కనిపించారు విషయం ఏంటా అని అరా తీస్తే తను వినయ్ ఈ వారం రోజులు వెంకటరమణ హోటల్ లో ఉన్నారు అని తెలిసింది అది విని తట్టుకోలేక ఇలా అని అంటూ తల వంచుకున్నాడు శివ

అది ఎవరేవరితోనో తిరుగుతుంటే నీ హెల్త్ ,నీ జీవితం ఇలా మందు తాగుతూ నాశనం చేస్కుంటవర శివ ,ఒక్కసారి నీ తల్లితండ్రుల గురించి ఆలోచించావా నీకు గత మూడు సంవత్సరాలుగానే తను తెలుసు,నిన్ను కష్టపడకుండా ఇష్టపడ్తు నీ ఇష్టాలను తీరుస్తూ పెంచారుర నీ తల్లితండ్రులు వాళ్ళ గురించి ఏమైనా ఆలోచించావా అసలు

అసలు ఈ అమ్మాయిలే అంత అని సీత వైపు చూస్తూ అన్నాడు రామ్

వాళ్ళ గురించి నీ జీవితం నాసనం చేస్కుంటవా,చెప్పు రా ఏం మాట్లాడావ్ ఏంటి

sorry ర రామ్!, ఇంకెప్పుడు ఇలా చెయ్యను అని రామ్ ని హత్తుకొని ఏడుస్తూ అన్నాడు శివ

ఏడవకుర శివ,రా ఇలా కూర్చో అని శివని తీస్కొని వెళ్లి సోఫాలో కుర్చోపెట్టాడు రామ్

నువ్వు నీ లైఫ్ లో ఇప్పటి వరకు ఏ అమ్మాయిని ఇలా చూడలేదు కనీసం ఊహించ లేదు నువ్వు నాకు చిన్నప్పుడు నుండి తెలుసు రా,తను నీకు సరైనది కాదు అసలు తనే కరెక్ట్ కాదు , బాధ ఉంటుంది మనం ఇష్ట పడ్డ అమ్మాయి ఎవరినో ఇష్టపడుతుంది అని తెలిస్తే అందుకని నీ జీవితం నాశనం చేస్కుంటే నాశనం అయ్యేది మన భవిష్యత్తే కాదుర,మన తల్లి తండ్రుల భవిష్యత్తు కూడ కాబట్టి నువ్వు ఇంత వరకు విద్యా గురించి పెట్టిన కన్నీళ్లు చాలు అసలు ని విలువైన కన్నీళ్లు అలాంటి అమ్మాయి కోసం వృధా చేయడం నాకు ఇష్టంలేదు ఏడవకు అని శివ కళ్ళు తుడిచాడు రామ్

చూడు అని శివ మొహం చేతిలోకితీస్కొని నీకు మేం అంతా ఉన్నాం రా నువ్వు అలా తాగుతుంటే మేం చూసి తట్టుకోలెం అన్నాడు రామ్

అవును రా శివ అని అంటు వచ్చి శివ భుజం మీద చేయి వేసింది గీత,అవును శివ నువ్వు అలా బాధపడడం నాకు ఇష్టం లేదు అంది శివ పక్కన కూర్చోని సీత

ఆ!! ఒక్కసారిగా ఊపిరి వదిలి లేచి గదిలోకి వెళ్లి బీర్ బాటిల్స్ సిగరెట్లు అన్నీ తీస్కోని వెళ్లి బయట పడేసి వచ్చాడు శివ

నాకు నీలాంటి ఫ్రెండ్ ఉండడం నా అదృష్టము రా రామ్ అన్నాడు శివ

నాకు కూడా నీలాంటి ఫ్రెండ్ దొరకడం నా అదృష్టమురా ఊరుకోర అన్నాడు రామ్ శివ ని హత్తుకుంటూ

గీత నేను మధ్యాహ్నం సినిమా కి టికెట్స్ బుక్ చేశా మనం వెళ్తున్నాం అనింది

నేను రాలేను అన్నాడు రామ్

హలో!!!!!! నువ్వు వస్తున్నావ్ బావ అంతె అనింది గీత నిక్కచ్చుగా

సరే వస్తాను అన్నాడు రామ్ తన రెండు చేతులు సగం పైకి తన భుజాల వరకు అని

మధ్యాహ్నం కాడంతో సినిమా థియేటర్ కి వెళ్ళడానికి రెడీ అయ్యారు అందరూ

గీత క్యాబ్ బుక్ చేసింది క్యాబ్ వచ్చింది గీత వెనకాల డోర్ వైపు మధ్యలో సీత ఎక్కారు ముందు శివ కూర్చున్నాడు

రామ్ కార్ ఎక్కకుండా ముందు శివ కూర్చున్న పక్క డోర్ తీసి నువ్వు వెనుక కూర్చో ర అన్నాడు శివతో

అదేంటి రామ్ అన్నాడు శివ

కూర్చోమంటున్నా కద లేకపోతె నేను రాను మీరే వెళ్ళండి అన్నాడు రామ్ కోపంగా

శివ నువ్వు వెనక్కిరా అనింది సీత

శివ వెనక్కి వచ్చాడు రామ్ ముందు కూర్చొని థియేటర్ కి వెళ్ళారు

సినిమా సీట్లులో మొదటి శివ, శివ పక్కన గీత, గీత పక్కన సీత కూర్చోని ఆ పక్కన సీటు రామ్ కోసం ఉంచారు

రామ్ శివ దగ్గరికి వచ్చి అటు వెళ్లి కూర్చుంటావా అన్నాడు

శివ సీత వైపు గీత వైపు చూశాడు సిత ఓకే అన్నట్లు తల ఊపింది

శివ వచ్చి సీత పక్కన కూర్చుంటే,గీత పక్కన రామ్ కూర్చున్నాడు .

Chapter 19

రామ్ సినిమా సగంలో నేను ఇంటికి వెళ్తా అన్నాడు గీతతో

ఏం బావ సినిమా నచ్చలేదా అనింది గీత రామ్ వైపు చూస్తూ

ఉమ్ కొంచెం తలనొప్పిగా ఉంది అన్నాడు రామ్

సరే మేం కూడ వచ్చేస్తాం వెళ్ళిపోదాం అందరం అంది గీత

అదే వద్దనేది మీరు సినిమా చూసి రండి నేను వెళ్తాను అన్నాడు రామ్

జాగ్రత్త బావ ! అంది గీత

నేనేం చిన్న పిల్లోడిని కాదులేవే బాబు నేను వెల్లగలను అని చెప్పి రామ్ థియేటర్ నుండి ఇంటికి వచ్చేసాడు

ఇంటికి వచ్చి సోఫాలో కూర్చున్నాడు రామ్, అమ్మ గుర్తొచ్చి అమ్మ ఫోటో ఫోన్లో ఓపెన్ చేసి అంజనమ్మ గారిని చూస్తూ కన్నీళ్లు పెట్టుకున్నాడు రామ్

రామ్ హడవిడిగా బెడ్ రూమ్ లోకి వెళ్లి అల్మారా లోంచి అంజనమ్మ గారు ఇచ్చిన లెటర్ తీస్కొని మేడ మీదకి వెళ్లి లెటర్ చదవడం మొదలు పెట్టాడు.

బాబు రామ్,

రామ్,మాకు పెళ్ళై పది సంవత్సరాలైన పిల్లలు పుట్టలేదు,మీ నాన్న గారిని వేరే పెళ్లి చేసుకోమని వాళ్ళ అమ్మ నాన్న ఎంత చెప్పిన మీ నాన్న గారు దానికి ఒప్పుకోలేదు,మేం ఇద్దరం చెయ్యని పూజలు లేవు,ఎక్కని గుడి మెట్లు లేవు,చెయ్యని హోమాలు లేవు

సరిగ్గా మా పెళ్ళైన పదవ ఏట నువ్వు పుట్టావ్,నువ్వు పుట్టాక ఏడవలేదు బిడ్డ ఏడవట్లేదు చనిపోయాడెమో అని అంటున్నారు నర్సులు అది విని భరించలేకపోయాను డాక్టర్ నిన్ను చెక్ చేసి బిడ్డ ఉమ్మనీరు తాగేశాడు త్వరగా హాస్పిటల్కి తీస్కొని వెళ్ళండి లేకపోతే కష్టం అన్నారు మీ నాన్న గారు నిన్ను తీస్కొని పిల్లల డాక్టర్ దగ్గరికి పరిగెత్తారు డాక్టర్ నిన్ను చూసి నీ తొడ మీద చిన్న ఇంజక్షన్ వేసారంట అప్పుడు క్యార్ మన్నావంట అలా హాస్పిటల్ నుండి తీస్కొని వచ్చి మొదట నాకు నిన్ను చూపించారు మీ నాన్న గారు మేం ఇద్దరం చాల సంతోషపడ్డాం

నీకు చిన్నప్పుడు ఏ చిన్న దెబ్బ తగిలిన మా ఇద్దరి మనసు విలవిలలాడిపోయేది

నువ్వు స్కూల్ నుండి వచ్చి అమ్మ తినడానికి ఏమైనా ఇవ్వు ఏమైనా ఇవ్వు అని కొంగు పట్టుకొని తిరుగుతుంటే నేను దాచిపెట్టి నీకు ఇచ్చే అప్పలు చూసి నువ్వు సంతోషంతో గంతులు వేయడం నిన్న మొన్న జరిగినట్టే ఉంది

నిన్ను *b.tech* కి చెన్నై కి పంపించేటప్పుడు నాకు ఎంత బాధ ఉన్న నువ్వు బాధ పడ్తున్నావ్,నేను బాధపడి నిన్ను ఇంకా బాధ పెట్టకూడదు అని నీకు ధైర్యం చెప్తూ ధైర్యంగ పైకి నటించాను

నువ్వు అలా చెన్నైకి వెళ్ళడం నాకు ఆరోగ్యము బాలేకుండరాడం వెంటవెంటనే జరిగిపోయాయి. నీకు తెలుస్తే ఎక్కడ చదువు మానేసి నా మీద ఉన్న ఇష్టంతో, ప్రేమతో నా దగ్గరికి వచ్చి హాస్పిటల్ చుట్టూ తిరుగుతూ నీ చదువు పాడుచేసుకుంటావని నీకు ఈ విషయం తెలియకూడదని అందరి దగ్గర మాట తీసుకున్నాను

ఆరోగ్యం అసలు బాలేదు రామ్ ఇంజెక్షన్లు వేసి వేసి వొళ్ళు అంత తూట్లు పొడిచేసారు,బాగా నీరసంగా అనిపిస్తోంది రామ్,క్యాన్సర్ చివరిదశ ఇంక ఎక్కువ రోజులు బతకను అని డాక్టర్ గారు చెప్పారు. నిన్ను వెంటనే చూడాలి అనిపిస్తోంది కాని అంత వరకు ప్రాణం ఉంటుందో లేదో తెలియక నిన్ను చూడాలి అనిపించి మీ నాన్నతో కబురు చేయించాను. నీ చదువుకి ఏమైనా ఇబ్బంది కలిగి ఉంటె క్షమించు బాబు

గీతని మాత్రం జాగ్రత్తగా చుస్కో రామ్, అది నా ఆఖరి నిమిషం వరకు మీ నాన్నకి సాయంగా ఉంది హాస్పిటల్స్ చుట్టూ తిరిగి అన్నీ దగ్గర ఉండి చూస్కుంది.

నువ్వు సంతోషంగా ఉంటె , నేను ఎక్కడ ఉన్న నిన్ను చూసి ఆనందిస్తాను బాబు

ఆరోగ్యం జాగ్రత్త రామ్, టైమ్ కి తిను , టైమ్ కి పడుకో .

నాకు మిమ్మల్ని విడిచి పోవాలని లేదు కాని ఆ దేవుడు నా రాత ఇలా రాసి పెట్టాడు,

నిన్ను చూసాకే నా ప్రాణం విడుస్తా రామ్ అప్పటి వరకు ప్రాణం బిగపట్టి ఉంటాను.

ఇట్లు

ప్రేమతో మీ అమ్మ

లెటర్ చదివిన రామ్ మనసు బరువైపోయింది అమ్మని తలుచుకుంటూ ఏడుస్తూ లెటర్ని తన గుండెలకి హత్తుకున్నాడు

అమ్మ!! నన్ను క్షమించు అమ్మ ప్రేమ అనే మత్తులో పడి నీకు బాలేకపోయిన నిన్ను చూస్కోలేని ధౌర్భాగ్యవంతుడిని అమ్మ.

నన్ను క్షమించు అమ్మ క్షమించు!! అని ఏడుస్తూ ఉన్నాడు రామ్

అప్పుడే మెయిన్ గేట్ ఓపెన్ అవుతున్న చప్పుడు అయింది

రామ్ మేడ మీద నుండి చూశాడు గీత,సీత,శివ వచ్చారు

రామ్ కళ్ళు తుడుచుకొని కిందకి వచ్చి సోఫాలో కూర్చున్నాడు

సీత,రామ్ దగ్గరికి వచ్చి నించోని నన్ను ఎందుకు అవాయిడ్ చేస్తున్నావ్ రామ్ అనింది గెట్టిగా

నేను నిన్నేం అవాయిడ్ చెయ్యట్లేదే అన్నాడు రామ్ కాస్తా కోపంగా

అదిగో ఇప్పుడు కుడా కోపంగ మాట్లాడుతున్నావ్ మొన్న ట్రైన్లో చేయి పట్టుకుంటే విధిలించుకొని వెళ్లి ధూరంగా కూర్చున్నావ్,ఈరోజు కార్ లో అంతే,సినిమ హాల్లో అంతే,వచ్చినప్పుడు నుండి అందరితో మాట్లాడుతున్నావ్ నాతో తప్ప చెప్పు రామ్ నేనేం తప్పు చేసా అనింది సీత రామ్ రెండు మోచేతులని తన చేతులతో పట్టుకొని

రామ్ ఒక్కసారిగా సీత చేయి విదిలించుకోని ఏం చేసావో నీకు తెలీదా అని అన్నాడు గెట్టిగా కోపంగా

నేనేం చేశా అనింది సీత ఏడుస్తూ

చేసావుగా పెద్ద ఘనకార్యం ఆ సిద్ధూగాడిని కౌగిలించుకొని బస్టాండ్లో, నా ఇంట్లో ఉంటూ నేను పెట్టింది తింటూ, నాకే ద్రోహం చేసావ్ సిగ్గుగా అనిపించట్లేద సీత , మళ్ళీ నన్ను అడుగుతున్నావ్ నేను ఏం చేసానని నాతో మట్లాడట్ల నువ్వు అని

అది కాదు రామ్!, ఒక్కసారి నేను చెప్పేద్ది విను

ఏం చెప్తావ్ నేనేం చెయ్యాల, నా తప్పు ఏం లేదు అదే కదా నువ్వు చెప్పేది ఇంకేం చెప్తావు . నీ ప్రేమ మత్తులో పడి నా కన్నతల్లికి బాలేకున్నా చుస్కోలేని స్థితిలో నన్ను ఉంచి నువ్వు ఎవడితోనో తిరుగుతూ ఎంత మోసం చేసావ్ సీత,బహుశా తడి గుడ్డతో గొంతు కోయడం అంటె ఇదేనేమో

రేయ్ శివ అసలు అమ్మాయిలని నమ్మకూడదుర, ఎప్పుడప్పుడు ఛాన్స్ దొరుకుతుందా వేరే వాళ్ళతో వెళ్లిపోదామా అని ఉంటారు అని అన్నాడు రామ్ శివ వైపు చూస్తూ

ఏంటీ ఇప్పుడు నేను నీ మీద పెంచుకున్నా ప్రేమ అబద్ధం అంటావా రామ్

అవును !! గెట్టిగా అన్నాడు రామ్

అంతే కాదు నాకు నీ మీద ఉన్న ప్రేమ బస్టాండ్లో మీ ఇద్దరి కోగిలింతలు చూసినప్పుడే చచ్చిపోయింది. పవిత్రమైన ప్రేమని అపవిత్రం చేసావ్ కద సీత అన్నాడు రామ్ సీత వైపు వేలు చూపిస్తూ గెట్టిగా

సీత తల వంచుకొని ఏడుస్తూ ఉంది

సీత ! ఇటు చూడు అన్నాడు రామ్

రామ్ సీత కళ్లలోకి చూస్తూ,నా కన్న తల్లి ప్రేమతో పోల్చాను నా ప్రేమని,ఇప్పుడు నా తల్లి చనిపోయింది నీ మీద పెట్టుకున్న నా తల్లి ప్రేమలాంటి ప్రేమ నీ నువ్వు చంపేశావ్ అన్నాడు రామ్

రామ్!! నేను చెప్పేది ఒక్కసారి విను రామ్ అని సీత వచ్చి రామ్ ని హత్తుకుంది

రామ్ సీతని వదిలించుకోడానికి ప్రయత్నిస్తూ సీత ముట్టుకోకు దయచేసి, నన్నూ వదులు అసలు నిన్ను చూడడానికి కూడా నా మనసు అంగీకరించట్లేదు అన్నాడు సీతని దూరంగ నెడుతూ

సీత ఏడుస్తూ బెడ్ రూమ్ లోకి వెళ్లి తలుపు వేసుకుంది

కొన్ని రోజులు పాటు సీత రామ్ కి ఏదో చెప్పడానికి ప్రయత్నిస్తున్న రామ్ మాత్రం కనీసం సీత మొహం కుడా చూడట్లేదు .

ఒకరోజు సీతకి ఒంట్లో బాలేదు అని కాలేజీకి వెళ్ళకుండా ఇంటి దగ్గరే ఉంది

విద్యా రామ్ వాళ్ళ ఇల్లు విడిచి వెళ్ళిపోయింది

రామ్,శివ,గీత కాలేజీకి వెళ్ళారు

గీతకి కడుపు నొప్పిగ ఉంది అని చెప్పి,కాలేజీ నుండి ఇంటికి వచ్చింది

మెయిన్ డోర్ కాలింగ్ బెల్ ఎంతసేపు కొట్టిన సీత తలుపు తెరవట్లేదు

గీత కిటికి ఓపెన్ చేసి చూసింది సీత కుర్చీ మీద నించోని ఫ్యాన్ కి దగ్గరగా అప్పుడే ఉరి ఉచ్చు మెడకి వేస్కోని ఉంది

సీత!! వద్దు అని అరించింది గీత

సీత కుర్చీని తన్నేసింది

గీత గెట్టిగా తలుపులు బాదుతూ ఉంది ఎంతకీ డోర్ ఓపెన్ అవట్లేదు,ఇంటి పిట్ట గోడ ఎక్కి పెరటులోకి దూకి పెరటు గుమ్మంలొంచి వెళ్లి ఉరిలో ఉన్న సీతని బయటికి తీసింది సీత సగం కళ్ళు తెరుస్తూ,మూస్తూ తన చేతిలోని లెటర్ పైకి లేపి రామ్ అని కళ్లుమూసింది.గీతకి ఒక్క క్షణం ఏం చెయ్యాలో అర్థం అవలేదు 108 కి కాల్ చేసి అంబులెన్సుని పిలిపించి సీతని హడావిడిగా హాస్పిటల్కి తీసుకెళ్లింది

సీత ని డాక్టర్స్ ICU లోకి తీస్కోని వెళ్లారు

గీత ఫోన్ చేసి రామ్, శివకి విషయం చెప్పింది రామ్ శివలు ఉన్నఫలాన హాస్పిటల్ కి చేరారు

గీత రామ్ చేతిలో సీత ఇచ్చిన లెటర్ పెట్టి జరిగింది అంతా చెప్తూ కన్నీళ్లు పెట్టుకుంది

రామ్ లెటర్ ఓపెన్ చేసి చదవడం మొదలు పెట్టాడు

ప్రియమైన రామ్!!

తల్లి,తండ్రి,గురువు,దైవం అంటారు కాని నాకు మాత్రం రామ్,తల్లి,తండ్రి,గురువు,దైవం నువ్వంటే నాకు అంత ఇష్టం,గౌరవం రామ్

ఆరోజు సిద్ధు నాకు కాల్ చేసి నేను కాలేజీ విడిచి వెళ్ళిపోతున్నాను చివరిసారిగా నిన్ను కలవొచ్చా అని అడిగాడు

సరే క్యాంటీన్ లో కలుద్దాం అన్నాను

లేదు క్యాంటీన్ లో నాకు కొంచం ఇబ్బందిగా ఉంటుంది నా బస్సు హైదరాబాద్ కి 7 కి మనం బస్టాండ్లో కలుద్దాం అన్నాడు

సరే చివరి ఆఖరి సారి కలుద్దాం అంటున్నాడని ఈ విషయం నీకు కాల్ చేసి చెప్దాం అనుకుంటే నీకు కాల్ కలవలేదు (అంటే రామ్ సీత ఇద్దరు ఒకేసారి ఒకరికి ఒకర కాల్ చేసుకున్నారు సీత ఏమో ఈ విషయం చెప్పడానికి, రామ్ ఏమో ఇంటికి వెల్తున్నది చెప్పడానికి)

సరే కలిసాక చెపుదాం అనుకున్నాను

బస్టాండ్ లో సిద్ధు అలా నన్ను కౌగిలించుకుంటాడని నేను అసలు ఊహించలేదు నన్ను హాగ్ చేసుకొని నిన్ను చాల ఇబ్బంది పెట్టాను క్షమించు సీత,అంటూ ఏడవడంతో నేను తన భుజం మీద తట్టి ఓదార్చాను అంతె కానీ వేరేదేమీ జరగలేదు రామ్ అక్కడ

నువ్వు మొన్న నాతో అలా మాట్లాడినదానికి నేను ఏం బాధ పడలేదు రామ్ ఇంకా నీకు నా మీద ప్రేమ ఉంది కాబట్టే నువ్వు ఆలా మాట్లాడావ్ అని అనుకున్నాను.కానీ నువ్వు నన్ను రోజు రోజుకి దూరం పెడుతుంటే తట్టుకోలేక ఈ పని చేసుకుంటున్నాను

Sorry ram and I LOVE YOU!!

బహుశా నువ్వు ఈ లెటర్ చదివేటప్పటికి నేను ప్రాణాలతో ఉండకపోవచ్చు,చివరి సారిగా ఈ లెటర్ చదవాక నన్ను క్షమించ అని చెప్పు రామ్ నేను ఎక్కడ ఉన్నా అది విని ఆనందిస్తాను

రాముడు అంతటి ఆయనే సీతాదేవిని అనుమనించారు మనం మామూలు మనుషులం నీ అనుమానంలో తప్పు ఏం లేదు

ఈ లెటర్, మన ప్రేమ మన మధ్యనే ఉండాలి నాతోనే పోవాలి,నేను చనిపోయా అని నువ్వు ఒంటరిగా మిగిలిపోకు, గీత నిన్ను చాలబాగా చూసుకోగలదు ఆ నమ్మకం నాకు ఉంది

నువ్వు,గీత పెళ్లి చేస్కోండి

ఇక సెలవు !!!!!

ఇట్లు

నీ సీత

రామ్ చెమ్మగిల్లిన తనకళ్ళని తుడుచుకొని ఆ లెటర్ ని జేబులోపల పెట్టుకొని icu వైపు అడుగు వేసాడు

డాక్టర్ గారు బయిటికి వచ్చారు అప్పుడే డోర్ ఓపెన్ చేసుకొని

రామ్ డాక్టర్ తో how is she డాక్టర్ అన్నాడు క్యూరియస్గ

She is out of danger,she is asking to meet ram,who is ram అన్నారు డాక్టర్

నేనే అని రామ్ తన గుండెల మీద చేయి వేస్కోని సైగ చేసాడు

Sister take him in అని అన్నారు డాక్టర్,నర్స్ తో

రామ్ నర్స్ వెంట లోపలికి వెళ్ళాడు

సీతకి ఒక సెలైన్ బాటిల్ పెట్టి ఉన్నారు,మెడ చుట్టూ కొంచం కమిలింది

సీత రామ్ ని చూసి లేవడనికి ప్రయత్నించింది

రామ్ సీత దగ్గరికి రెండు అడుగులలో వెళ్లి పడుకో అని అంటూ పడుకో పెట్టాడు

క్షమించు సీత!! నిన్ను అపార్థం చేస్కున్నాను అన్నాడు సీత చేయి పట్టుకొని ఏడుస్తూ.

సీత రామ్ తల నెమురుతూ sorry! ఏం వద్దు కానీ నేను ఏం తప్పు చేయల అని నమ్ముతున్నావ్ కద అది చాలు అనింది రాసిన గొంతుతో కష్టంగ

Sorry!! సీత నేను ఒక పిచ్చి వాడిని మహా పతివ్రతైన సీతా దేవి లాంటి నిన్ను అనుమనించాను అని సీత చేయి ని తన నుదిటికి ఆనిస్తు శోకిస్తు అన్నాడు రామ్

శ్రీ రాముడంతటి ఆయనే, సీతా దేవిని అనుమనించాడు నా రామ్ అనుమనించడంలో తప్పు ఏం ఉంది, అనింది సీత

Sorry సీత ఇంక ఎప్పుడు ఇలా జరగదు I love you అని అన్నాడు రామ్

ప్రేమ రెండోసారి పుట్టింది ఎవరికో అనింది సీత,వెటకారంగ

ప్రేమ జీవితం లో ఒక్కసారే పుడుతుంది అది చచ్చే వరకు మనతోనే ఉంటుంది అంటూ సీత చేయిని ముద్దాడు రామ్

సార్ మీరు కొంచంబయటికి వెళ్తారా రూమ్ కి షిఫ్ట్ చేస్తాం అక్కడ మీకు ఎంతసేపు కావలన్న మాట్లాడుకోండి అనింది సిస్టర్

రామ్ బయటికి వెళ్ళడానికి లేచి నించున్నాడు

రామ్ చేయిని గెట్టిగా పట్టుకొని సీత దగ్గరికి లాగి రామ్ చెవిలో I LOVE YOU రామ్ గారు అనింది సీత

నవ్వుతూ రామ్ సీత నుదిట మీద ముద్దు పెట్టి I LOVE YOU TOO సీత అని చెప్పి బయటికి వచ్చాడు.

సీతని రూమ్ కి షిఫ్ట్ చేసాక సాయంత్రం డిశ్చార్జ్ చేయడంతో సీతని ఇంటికి తీస్కొని వెళ్లారు

వారం రోజులు పాటు సీతని కాలు కింద పెట్టనివ్వకుండా చూసుకున్నాడు రామ్

వాళ్ళని అలా చూస్తున్న గీత శివలకి చాల ముచ్చట వేసింది

సీత కోలుకుంది

ఒకరోజు డాబా మీద కూర్చొని ఒకే దుప్పటి ఇద్దరు కప్పుకొని నక్షత్రాలను చూస్తూ మాట్లాడుకుంటూ కబురులు చెప్పుకుంటూ ఉన్నారు రామ్ సీత

సీత రామ్ వైపు చూస్తూ

రామ్!! పెళ్లి చేస్కుందామా అనింది

చేసుకుందాం సీత ఎలానో ఇప్పుడు మనం ఫైనల్ ఇయర్ ఇంక ప్లేస్మెంట్లో జాబ్ తెచ్చుకున్న వెంటనే నాన్న గారితో చెప్పి ఖచ్చితంగ చేసుకుందాం అని అన్నాడు రామ్

కానీ !!!! అనింది సీత

ఏంటి చెప్పు సీత అన్నాడు రామ్

నాకు ఉద్యోగం చెయ్యాలని లేదు రామ్ అమ్మ ,నాన్న తో సమయం గడపి నాలుగు సంవత్సరాలు అవుతుంది,కొన్నాళ్ళు నాకు అమ్మ నాన్నలతోఉండాలని ఉంది అనింది సీత

సరే!! పర్లేదు దానికి ఎందుకు ఇంత ఇబ్బందిగ చెప్తున్నావ్ అంటూ సీత భుజంమీద చేయి వేసి దగ్గరికిలాకున్నాడు రామ్

కాసేపు అలా కబురులు చెప్పుకొని ఇంట్లోకి వెళ్లారు రామ్ సీత

గీత,శివ ప్లేస్మెంట్స్ కోసం ప్రిపేర్ అవ్వడం మొదలు పెట్టారు

రామ్ కూడా వాళ్ళతో కలిసి ప్రిపేర్ అవ్వడం స్టార్ట్ చేసాడు

ప్లేస్మెంట్స్ డే వచ్చేసింది రామ్,గీత,శివ ప్లేస్మెంట్స్ డేకి ఫార్మల్స్లో రెడీ అయ్యారు

రామ్ కి సీత కొన్న కొత్త మెరూన్ కలర్ షర్ట్ ఇచ్చి వేస్కోమంది

రామ్ ఆ చొక్కా వేసుకొని టక్ చేస్కోని,చూడడానికి హీరోలా అనిపించాడు సీతకి నా దిష్టి తగిలేలా ఉంది అని సీత తన రెండు చేతులతో దిష్టి తీసింది రామ్ కి

రామ్ త్వరగా టైం అవుతుంది క్యాబ్ కూడా వచ్చేసింది అని అరిచాడు హాల్ లో నుండి శివ

ఆ!! వస్తున్నా అన్నాడు రామ్ బెడ్ రూమ్ లోంచి

సీత ఎదురురా అన్నాడు రామ్

నేనా అనింది సీత ఆ నువ్వే,ఎప్పుడు ఇంపార్టెంట్ పని మీద బయటికి వెళ్తున్న అమ్మ ఎదురు వచ్చేది ఇంక ఎదురు రావాల్సింది నువ్వే కద అన్నాడు రామ్

సీత నవ్వుతు ఎదురు వచ్చింది రామ్ బెడ్ రూమ్ లో నుండి బయటికి వచ్చాడు

సీత రామ్, శివ,గీతలకి ఆల్ ది బెస్ట్ చెప్పి సాగనంపింది

సాయంత్రం సమయం 6:30 సీతాకాలపు చీకట్లు కమ్ముకుంటున్నాయి సీత చూపు అంత గుమ్మం వైపే ఉంది అప్పటికి క్లాక్ వంక 49 సార్లు చూసి ఉంటుంది ఫోన్ చేద్దాం అంటే ప్లేస్మెంట్స్ అని ముగ్గురు ఫోన్లు ఇంట్లోనే పెట్టి వెళ్లారు

సరిగ్గా 6:43 కి మెయిన్ గేట్ ఓపెన్ చేస్కుంటూ లోపలికి వచ్చారు రామ్, శివ, గీత

సీత పరిగెడుతూ వెళ్లి ఏమైంది అని అడిగింది

రామ్ సమధానం చెప్పకుండా లోపలికి వచ్చి కూర్చున్నాడు వెనుక శివ,గీతలు కూడా

ముగ్గురు మొహాలు దిగులుగా ఉన్నాయి

సీత రామ్ పక్కన కూర్చొని ఏం కాదులే రామ్ బాధ పడకు అని అనింది

ఒక్కసారిగా ముగ్గురు గెట్టిగా అరిచారు hurrayyyy !!!! జాబ్ వచ్చింది అంటూ

అబ్బా ఎంత కంగారు పెట్టారు ముగ్గురు నన్ను అని అంటూ హమ్మయ్య !! ఎలా ఐతే ఏం ముగ్గురుకి ఉద్యోగాలు వచ్చాయి కంగ్రాట్యులేషన్స్ పార్టీ కావాలి నాకు అనింది సీత

సరే ఈరోజు మంచి రెస్టారెంట్ కి వెళదాం అని అనింది గీత

రెస్టారెంట్ కి వద్దు ఏదైనా ఫుడ్ ఆర్డర్ చేసుకొని ఇంటి దగ్గర తిందాం కలిసి తినే ఆనందం రెస్టారెంట్లో రాదు ఎందుకో అనింది సీత

నిజమే,అయితే నీకు కావాల్సిన ఫుడ్ ఆర్డర్ చేయి ఈ లోపు నేను ఫ్రెష్ అవి వస్త అని గీత ఫోన్లో జొమాటో ఓపెన్ చేసి ఇచ్చి గీత ఫ్రెష్ అవ్వడానికి వెళ్ళింది

సీత రామ్ ,శివలని అడిగి వారికి నచ్చింది తనకి నచ్చింది ,గీత కి నచ్చింది రామే చెప్పేయడంతో ఆర్డర్ చేసారు

ఈలోపు మీరు కుడా వెళ్లి ఫ్రెష్ అవి రండి అని చెప్పింది సీత

అందరూ ఫ్రెష్ అవి వచ్చే అప్పటికి ఫుడ్ అంత బౌల్స్ లో సర్ది డైనింగ్ టేబుల్ మీద పెట్టి ముగ్గురి కోసం ఎదురు చూస్తుంది సీత

వావ్ !! వాసన అదిరిపోతుంది అన్నాడు శివ

అవునా అయ్యో పాపం ఎక్కడ శివ అని అంది గీత,వెక్కిరించినట్టు

రెడీగా ఉంటావే నువ్వు బొక్క కోసం కుక్కలా,నన్ను వెక్కిరించడానికి అని అన్నాడు శివ

అందరూ నవ్వుకున్నారు

సరేలే రండి వేడి చల్లారిపోతుందని సీత పిలవడంతో అందరూ వచ్చి డైనింగ్ టేబుల్లో కూర్చొని డిన్నర్ కంప్లీట్ చేసి వచ్చి సోఫాలో కూర్చున్నారు

సీత రామ్ వైపు చూస్తూ

రామ్ మెరీనా బీచ్ కి వెళదామా అనింది

ఆ వెళదాం సీత అన్నాడు రామ్

మీరు అని అడిగాడు రామ్ గీత,శివ వైపు చూస్తూ

నా వళ్ళ కాదు ఓపిక లేదు మీరు వెళ్లి రండి అని చెప్పింది గీత, మీరు వెళ్లి రండి అని అన్నాడు శివ

రామ్ సీత నడుచుకుంటూ మెరీనా బీచ్ కి చేరారు

ఆ వెనెల్లో ఆ ఇసుకలో ఒక చేతిలో చెప్పులు ఒక చేతితో ఒకరి చేయి ని ఒకరు పట్టుకొని నడుచుకుంటూ వెళ్తున్నారు సముద్ర తీరాన,కెరటాలు అప్పుడప్పుడు రామ్ సీతల కాళ్ళు తాకుతూ పలకరించి వెళ్తున్నాయి

రామ్ జాబ్ ఎక్కడ ఎందులో అని అడిగింది సీత amarraja construction హైదరాబాద్ లో సీత నెలకి శాలరీ అన్ని పోను ఇరవై వేలు వస్తుంది అన్నాడు

జాయినింగ్ ఎప్పుడు అనింది సీత,నెక్స్ట వీక్ ఎగ్జామ్స్ అయిన వెంటనే వెళ్లి జాయిన్ అవ్వాలి అన్నాడు

అక్కడికి వెళ్ళాక నన్ను మర్చిపోవుగా అని అనింది సీత రామ్ వంక చూస్తూ

అయ్యో పిచ్చి సీత ,నిన్ను ఎలా మర్చిపోతాను అని సీత అరిచేయిని ముద్దడాడు రామ్

సీత గెట్టిగ రామ్ ని కౌగిలించుకొని,మరి పెళ్లి ఎప్పుడు చేసుకుందాం అని అడిగింది

నాకు నిన్ను వదిలి ఉండడము చాల కష్టం హైదరాబాద్ కి వెళ్ళిన వెంటనే వీలు చూస్కోని వెళ్లి నాన్న గారితో మాట్లాడతాను అన్నాడు రామ్

సీత రామ్ గుండెల మీద గిచ్చింది (సీత కి ప్రేమ ఎక్కువ అయిపోయినప్పుడు అలా చెయ్యడం అలవాటు)

....

పరీక్షలు అయిపోయాయి

ఇల్లు కాళీ చేసి వెళ్లే సమయం వచ్చేసింది

రామ్ ఏమో హైదరాబాద్ జాబ్ లొకేషన్,గీత శివ లకి బెంగళూరు ఐటీ జాబ్స్

సీత మాత్రం ఇంటికి సీతాపురంకి వెళుతోంది

ఆ ఇంటిని వదిలి వెళ్ళాలి అంటే ఎవరికి మనసు రాడంలేదు ,ఎన్నో జ్ఞాపకాలు ,ఎన్నో గొడవలు, ముచ్చట్లు నలుగురు గది గదికి తిరిగి గోడలని తడుముతూ వాళ్ళ వాళ్ళ జ్ఞాపకాలను నెమరు వేసుకుంటున్నారు

రామ్ మిద్ది మీదకి వెళ్లి ఆ ఉయ్యాలో తాను సీత తో గడిపిన క్షణాలను గుర్తు చేసుకుంటున్నాడు

సమయం సాయంత్రం ఆరు అయింది సీతకి సీతాపురంకి,రామ్ కి హైదరాబాద్ కి బస్ ఏడుకి , గీత శివలకీ బెంగుళూరుకి ఎనిమిదికి కాడంతో ఇల్లు లాక్ చేసి కీస్ యజమాని పంపిన మనిషికి ఇచ్చి బరువుగా ఉన్న ఆ హృదయాలతో క్యాబ్ ఎక్కి కనిపించినంత సేపు ఆ ఇంటినే చూస్తూ ఉన్నారు అందరూ కదులు తున్న క్యాబ్ లోంచి

బస్టాండ్ కి చేరారు

ప్లాట్ఫారం నెంబర్ ఏడు మీద రామాపురం వయ సీతాపురం బస్సు,ఎనిమిది మీదకి హైదరాబాద్ బస్సు వచ్చి ఆగి ఉన్నాయి

రామ్ సీత ఒకరిని ఒకరు కౌగిలించుకొని ఎవరు బస్సు వాళ్ళు ఎక్కారు

రామ్ సీత బస్ లోంచి ఒకరిని ఒకరు కళ్ళు అర్పకుండ చూసుకుంటూ ఉన్నారు

రామ్ బస్ స్టార్ట్ అయింది

సీత కి ఆ కదులుతున్న బస్ రామ్ ని తన నుండి ధూరం చేస్తున్నట్టు అనిపించింది

రామ్ బస్సు కదిలింది సీత కన్నీలుపెట్టుకుంటూ బాయ్ చెప్తుంది రామ్ కి, రామ్ కూడా కన్నీలు పెట్టుకుంటూ బాయ్ చెప్పాడు సీతకి

రామ్ మర్నాడుపొద్దున్నే ఎనిమిదికి హైదరాబాద్ చేరాడు

దిగి దిగ గానే సీత కాల్ చేసింది

చేరవ రామ్

ఆ సీత ఇప్పుడే నువ్వు

నేను కుడ ఇప్పుడే ఇంటికి వచ్చాను, మిస్ యూ రామ్!!!

నిన్ను కూడా మిస్ అవుతున్నాను సీతా ఏడుపు గొంతులో దాచుకున్న గొంతుతో అన్నాడు రామ్

all the best for your 1st day

Thank you సీత కాల్ కట్ అయింది

రామ్ ,గీత, శివలకి కాల్ చేసి చేరారా లేదా కనుకున్నాడు

రామ్ మొదటి రోజు ఆఫీసు చాల బాగా జరిగింది,ఉద్యోగులు అందరు ఫ్రెషర్స్ ని చాల బాగా రిసీవ్ చేస్కున్నారు, మొదటి రోజు కాడంతో భద్రతా జాగ్రత్తలు అన్నీ చెప్పి సైట్ విజిట్తో ముగించారు.కంపెనీ వాళ్లే స్టే కుడా ఏర్పాటు చేసారు

రామ్ రూమ్ కి వచ్చి ఫ్రెష్ అవి సీత కి కాల్ చేసి మొదటి రోజు విషయాలు అన్ని చెప్పి సంబర పడిపోతున్నాడు

సీత కుడా అంతె ఉత్సహంగా రామ్ చెప్పినవి అన్నీ వినింది

సీత ఈ ఆదివారం వచ్చి నాన్న గారితో మన పెళ్లి విషయం మాట్లాడతానని చెప్పాడు రామ్

సీత ఆనందానికి హద్దులు లేవు,సంతోషంతో ఎగిరి గంతేసినంత పని చేసింది ఆ సంబరంలో గెట్టిగా అరిచేసింది సీత

ఏంటే సీత ఆ శబ్దం అన్నారు సీత అమ్మ గారు

ఫోన్ లో సినిమా చూస్తున్నా అమ్మ అని అనింది సీత

కాదు అత్తయ్య మీ అమ్మాయియే అరుస్తుంది అన్నాడు రామ్

నువ్వు ఊరుకో రామ్ అనింది సీత చిన్నగా

చెప్పు ఇంకా ఏంటి నీ ఆఫీసు విషయాలు అమ్మాయిలు ఎవరు లేరా మీ ఆఫీసులో అని అడిగింది సీత

ఎందుకు లేరు సంగీత అని ఒక అమ్మాయి సూపర్ గా ఉంది చూడడనికి ఫుల్ పాష్ కాకపోతే ,ఆ పెర్ఫ్యూమ్ వాసనకె ఆ అమ్మాయి కి పడిపోతారు తెలుసా అన్నాడు రామ్

అబ్బో ఏంటండోయ్ రామ్ గారు తెగ పొగుడుతున్నారు సంగీతని అనింది సీత వెటకారంగ

అరే ! నువ్వే కద అడిగావ్ అందుకే చెప్పా అన్నాడు రామ్

అవుననుకో,కాని మరీ ఎక్కువగ చెప్తున్నావ్ నువ్వు అనింది సీత

సరే బాగా అలసిపోయాను రేపు కాల్ చేస్తా అన్నాడు రామ్

రెండు మూడు రోజులు ఇద్దరి మధ్య సంభాషణ బానే జరిగింది తరువాత సీత ఎన్ని సార్లు ఫోన్ చేసిన నేను బిజీగా ఉన్నాను అని చెప్పి రామ్ సరిగ్గా మాట్లాడే వాడు కాదు

ఈ ఆదివారం వస్తా అన్నావ్ కద రామ్ వస్తున్నావా అని సీత కాల్ చేసింది రామ్ కి శనివారం రాత్రి

పనిలో బిజీగా ఉన్నా అని చెప్పా కద ఊరికే ఫోన్ చేసి విసిగిస్తావ్ దేనికి అని రామ్ అరిచాడు సీత మీద కాల్ లో

వారం నెల అయింది

రామ్ రామాపురం రాకపోగా సీత కాల్స్ కి , మెసేజెస్ కి సమాధానం చెప్పడం బొత్తిగా మానేసాడు.

Chapter 20

గీత నుండి రామ్ కి కాల్ వచ్చింది

రామ్ కాల్ లిఫ్ట్ చేసి, ఏంటే గీత బొద్దిగా కాల్ చేయడం మానేసావ్ లవర్ ఎవరైనా దొరికారా ఏంటి అని అడిగాడు రామ్ వెటకారంగా

ఆ విషయం నేను అడగాలి రామ్, అనింది సీత

సీత నువ్వు,అన్నాడు రామ్, రామ్ మాటలు తడబడ్డాయి

నువ్వు ఎలానో నా కాల్స్ ఎత్తట్ల కదా అందుకే గీత రామాపురం వస్తున్న అంటె గీత దగ్గరికి వచ్చి ఫోన్ చేశా ,అనింది సీత కోపంగా

అసలు నా కాల్స్ ఎందుకు ఆన్సర్ చేయట్లా రామ్ నువ్వు ,అని ఏడుస్తూ అడిగింది సీత

నేను రేపు రామాపురం వస్తున్నా ఇప్పటికి ఆపు నీ ఓవర్ యాక్షన్ వచ్చి మాట్లాడుతా అన్నాడు రామ్ చిరాగ్గా

సీత ఏం మాట్లాడకుండా రామ్ కాల్ కట్ చేసింది

రామ్ మర్నాడు రామాపురంకి వెళ్ళాడు

గీత రామ్ ని తీస్కొని సీతని కలవడానికి కార్లో సీతాపురం తీసుకెళ్లింది

సీత రామ్ ఎదురుగా నించుంది

రామ్ ఎందుకు నాతో మాట్లాడట్లేదు నువ్వు , ఏమైంది నేనేమైన తప్పు చేసి ఉంటె చెప్పు రామ్ అని అడిగింది సీత ఏడుస్తూ

ఆపు నీ ఏడుపు ,ఎప్పుడు ఏడుపు మొహం వెస్కొని అని అన్నాడు రామ్ చిరాగ్గా

రామ్ మాటలు విన్న గీత కూడా ఒక్కసారిగా షాక్కి గురైంది

రామ్ నువ్వేనా ,ఇలా మాట్లాడేది అని అనింది సీత ఏడుస్తూ.

అవును నేనే ఇప్పుడేంటి నిన్ను పెళ్లి చేసుకోడం నాకు ఇష్టం లేదు ,ఏదో నాలుగేళ్లు సరదాగా గడిపాము అయిపోయింది ,నాకు నీ మీద ఉన్న మోజు తీరిపోయింది ,నేను నిన్ను పెళ్లి చేసుకోను చేసుకోలేను ఐన మా కులం ఏంటి నీ కులం ఏంటి నిన్ను నేను అసలెలా పెళ్లి చేస్కుంటా అనుకున్నావు అని అన్నాడు రామ్ సీతతో

అలా మాట్లాడకు రామ్ నేను నమ్మను ,నా రామ్ ఇలా మాట్లాడడు అని రామ్ ని పట్టుకొని ఏడుస్తూ అనింది సీత

సీతని వెనకకి నెట్టి రామ్ తన మొబైల్ తీసి ఎంతోమంది అమ్మాయిలతో పబుల్లో ,హోటల్లో ఉన్న ఫోటోలు చూపిస్తూ ,లోకంలో ఇన్ని అందాలు ఉండగా నీ దగ్గరే ఆగిపోవడం నాకు ఇష్టం లేదు అందుకే నన్ను మర్చిపో ,నువ్వు కూడా లైఫ్ ని ఎంజాయ్ చేయి అన్నాడు రామ్

సీత రామ్ చెంప చెల్లుమనిపించి ,ఛీ నువ్వు ఇంతటి మోసానికి ఒడికడతావ్ అనుకోలేదు ,ఎంత అసహ్యంగా మాట్లాడుతున్నావ్ నీ మొహం చూడ్డానికే అసహ్యమేస్తోంది అని అరిచి వెళ్ళిపోయింది సీత

ఏంటి బావ ! నువ్వేనా అసలు ,సీత మీద ఉన్న ప్రేమ అంతా నువ్వు హైదరాబాద్ వెళ్ళాక మాయం అయిపోయిందా అని చివాట్లు పెడుతోంది గీత

రామ్ ఒక్కసారిగా ఆగకుండా దగ్గడం మొదలు పెట్టాడు ,దగ్గి దగ్గి నోట్లోంచి రక్తం వచ్చింది గీత కంగారుగా కార్లోంచి వాటర్ బాటిల్ తీసి రామ్ కి ఇచ్చింది . రామ్ రక్తం అంతా తుడుచుకున్నాడు గీత తన చున్నీ ఇచ్చింది

తుడుచుకోమని వద్దు గీత అని రామ్ తన దగ్గర ఉన్న కర్చీఫ్ తో క్లీన్ చేసుకున్నాడు ఆ కర్చీఫ్ అక్కడక్కడా రక్తం మరకలున్నాయి.గీతకి అసలు ఏమి అర్ధం అవట్లేదు ఏంటి బావ ఏమైంది అని అడిగింది

దిగాలుగా ఎవరితో చెప్పను అని మాట ఇవ్వు ముఖ్యంగా సీతతో అని అన్నాడు రామ్

గీత సరే అని మాట ఇచ్చింది

నాకు బ్లడ్ కాన్సర్ చివరి దశ గీత

గీత రోదిస్తూ ఎందుకు బావ ఎందుకు మనకే ఇలా అని ఏడుస్తూ అనింది. నాన్న అమ్మ మేనరికం చేసుకున్నారు కదా , ఇంకా అమ్మకి కూడా కాన్సర్ , ఆ జీన్స్ వల్ల అన్నారు వైద్యులు

ముందుగానే నీకు తెలుసా బావ అని అడిగింది గీత ఏడుస్తూ.

తెలీదు గీత ,బ్లడ్ కాన్సర్ ఆఖరి దశలో కానీ బయటపడదంట నాకు ఇంకా ఎన్నో రోజులు లేవు ఎక్స్పైరీ డేట్ దగ్గర పడిపోతోంది ,ట్రీట్మెంట్కి ఏం లాభం లేదని వైద్యులు ట్రీట్మెంట్ కూడా ఆపేసారు

బావుసా అమ్మ లేకుండా నేను ఉండలేను అని తెలిసేమో దేవుడు నాకు ఈ రాత రాసాడు ఐన ఒకరకంగా సంతోషం అమ్మ దగ్గరికి వెళ్లిపోతున్నా అని కానీ మిమల్ని అందరిని వదిలి వెళ్లిపోతున్నా అని బాధకూడా ఉంది కానీ బయటికి తెలియనివ్వట్లేదు అని చాలా నీరసంగా చెప్పాడు రామ్

గీత ఏడుస్తూ మరి ఎందుకు బావ సీత దగ్గర నువ్వు చెడ్డ వాడిలా ముద్రించుకున్నావ్ అని అడిగింది

గీత సీతని ఇప్పుడు పెళ్లి చేసుకున్న కొన్నాళ్లకి నేను చనిపోయాక సీత విధవరాలుగా ఒంటరిగా జీవితం గడపడం నాకు ఇష్టం లేదు గీత ,తన జీవితాన్ని అర్ధాంతరంగా పెళ్లి చేసుకొని చీకటిలోకి తోయలేక ఇలా అని అన్నాడు రామ్ దగ్గుతూ

బావ అంటూ గీత దగ్గరికి వచ్చి రామ్ గుండెల మీద నెమరుతూ నీళ్లు త్రాగించింది

గీత రామ్ ఇద్దరు రామాపురంకి తిరిగి వెళ్లారు

నాన్నగారు నేను ఈరోజు సాయంత్రమే బయలుదేరుతున్నాను అన్నాడు రామ్

ఎందుకు రామ్ కొన్ని రోజులు ఉండచ్చు కదా అన్నాడు వేంకటపతి

లేదు నాన్న ఆఫీస్ వర్క్ ఉంది అర్జెంట్గా రమ్మని కాల్ వచ్చింది వెళ్ళాలి అని అన్నాడు రామ్

సరే రామ్ నీ ఇష్టం అన్నారు వేంకటపతి.

సాయంత్రం ఆరు అయింది

రామ్ ని బస్సు ఎక్కించడానికి గీత కార్ తీసింది

రామ్ గీత ఇద్దరు కారులో బస్టాండుకి బయలుదేరారు

గీత ఈ విషయం ఎవరికి చెప్పకు ,శివకి కూడా అని అన్నాడు రామ్

గీత ఒక్కసారిగా కార్ బ్రేక్ వేసి ఏడుస్తూ రామ్ వంక చూస్తూ ఏంటిబావ నిన్నకాకమొన్న అత్తమ్మ వెళ్లిపోయారు ఇప్పుడు నీకు ఇలా నేను తట్టుకోలేకున్నా అని ఏడవడం మొదలుపెట్టింది

ఆ భగవంతుడు మన రాత ఎంతవరకు రాసి ఉంటె అంతవరకే మన ప్రయాణం తరువాత ఈ దేహానికి మనం విరామం చెప్పాల్సిందే బాధపడకు అని గీతని ఓదార్చాడు రామ్

గీత రామ్ కారులో బస్టాండుకి చేరారు రామ్ హైదరాబాద్ బస్సు ఎక్కి,హైద్రాబాదుకి వెళ్తుంటే గీత బస్సు వెళ్ళాక కూడా కాసేపు ప్లాట్ఫారం మీదనే నించొని ఏడుస్తూ ఉండిపోయింది

సరిగ్గా నెల తరువాత సీత దగ్గర నుండి రామ్ కి వాట్సాప్

మెసేజ్ వచ్చింది

రామ్ మెసేజ్ ఓపెన్ చేసి చూసాడు సీత పెళ్లి పత్రిక ,వరుని పేరు కృష్ణ చూడ్డానికి చాలా అందంగా ఉన్నాడు పెద్ద కళ్ళు ,మొహానికి

సరిపడా ముక్కు ,నల్లటి రింగుల జుట్టు ,అమెరికాలో సాఫ్ట్వేర్ ఇంజనీర్

అని ఉన్న పెళ్లి పత్రిక చూసి రామ్ సంతోషపడిపోయి వెంటనే ఫోన్ తీస్కొని గీతకి కాల్ చేసాడు

గీత ఇప్పుడే సీత నుండి వచ్చిన పెళ్లి పత్రిక చూసాను వాట్సాప్లో అన్నాడు ,సంతోషంగా

నాకు కూడా అందింది అనింది గీత

మనం తప్పకుండ వెళదాం గీత పెళ్లి ఎప్పుడు ఉండు చూస్తా అని వాట్సాప్ ఓపెన్ చేసి చూసి ,ఈ శనివారమే సీతాపురంలోనే నువ్వు నేను శివ కచ్చితంగా వెళదాం అని అన్నాడు రామ్

బావ ! అని ఏడుపు గొంతుతో అనింది గీత

ఏడవకే,మనం ప్రేమించిన వాళ్ల సంతోషమే కదా మనకి కావాల్సింది ,సీత ఈ పెళ్లి వల్ల సంతషంగా ఉండడం కంటే ఇంకేం కావాలి నాకు చెప్పు అన్నాడు రామ్ నేను ఈరోజే బయలుదేరుతున్న ఇంటికి అని గెట్టిగా దగ్గడం మొదలు పెట్టాడు

హలో హలో !!! బావ !!! బావ !!

హలో !!

రామ్ దగ్గి దగ్గి కాసేపటికి అంత నిశ్శబ్దం అయిపోయింది ,రామ్ ఎంత పిలిచినా పలకట్లేదు

కాల్ కట్ చేసి గీత మల్లి కాల్ చేసింది

ఎన్నిసార్లు కాల్ చేసిన కాల్ ఎత్తట్లేదు

రెండు నిముషాలు తరువాత కాల్ లిఫ్ట్ చేసారు

హలో !!! రామ్ బావ అనింది గీత

రామ్ గారు నెత్తురు కక్కుకొని పడిపోయారు అమ్మ నేను ఈ రూమ్ క్లీన్ చెయ్యడానికి వచ్చి చూసాను అంది ఒక ముసలాయన గొంతు

తాత నేను అంబులెన్సుకి కాల్ చేస్తాను మీరు దగ్గర ఉంది హాస్పిటల్కి తీసుకెళ్లండి అంది గీత

సరే అమ్మ అని కట్ చేసాడు పెద్దాయన

హలో !!! అపోలో హాస్పిటల్ నానాక్రామ్ గూడ హైదరాబాద్

రాంనగర్,శ్రేయస్ అపార్ట్మెంట్స్ ఫ్లాట్ నెంబర్ 110 పేషెంట్ పేరు రామ్ బ్లడ్ కాన్సర్ తో సఫర్ అవుతున్నారు మీ దగ్గరే ట్రీట్మెంట్ తీసుకుంటున్నాడు ఇప్పుడు దగ్గుతూ పడిపోయాడు అర్జెంట్గా అంబులెన్సు పంపించండి అంది గీత

ఒకే ! మేడం అని అన్నారు అవతల వైపు నుండి

గీత వెంకటపతిగారు హడావిడిగా కారులో హైదరాబాద్ బయలుదేరారు

శివకి కాల్ చేసి గీత విషయం చెప్పడంతో శివ బెంగళూరు నుండి హాస్పిటల్కి బయలుదేరాడు

గీత,వెంకటపతిగారు,శివ హాస్పిటల్కి చేరే అప్పటికి రామ్ ని ఐ సి యూ లో ఉంచారు హాస్పిటల్ స్టాఫ్ అలా రామ్ ని ఐ.సి.యూ లో వెంటిలేటర్ మీద చూసిన వెంకటపతిగారు మనసు పగిలిపోయింది.

శివ గీతతో నాకు ఎందుకు చెప్పలేదు ఇన్నిరోజులు అని ఏడుస్తూ అడుగుతున్నాడు

నర్స్ ఐ.సి.యూ నుండి బయటికి వచ్చి రామ్ కళ్ళు తెరిచాడు మీరు చూడాలి అంటే వెళ్లి చూడచ్చు అనింది

నేను వాడిని ఈ పరిస్థితిలో చూడలేను మీరు వెళ్లి చూడండి అని అన్నారు వెంకటపతిగారు

శివ గీత ఇద్దరు లోపలి వెళ్లి రామ్ కి అటువైపు ఒకరు ఇటువైపు ఒకరు కూర్చున్నారు

రామ్ ఆక్సిజన్ మాస్క్ తీసి శివ ఈ దేహానికి ఎక్సపీరి డేట్ అయిపోయింది సీత పెళ్లి చూసి వెళదాం అనుకున్న కానీ సీత పెళ్లి కూడా చూడలేని దౌర్భాగ్యవంతుడినిరా నేను అని కన్నీళ్లు పెట్టుకున్నాడు

రామ్ అలా మాట్లాడకు

బావ నీకు ఏం కాదు అనింది గీత

రామ్ క్యానుల పెట్టిన చెయ్యిని లేపి తన గుండె మీద పెట్టుకొని కళ్లుమూసాడు

రామ్ రామ్ రామ్ !!! అని అంటూ డాక్టర్ అని గెట్టిగా ఒక అరుపు అరిచాడు శివ,డాక్టర్ వచ్చి పల్స్ చెక్ చెయ్యడానికి రామ్ గుండె మీద ఉన్న చెయ్యి పట్టుకొని పైకి లేపాడు ఆ చేతిలో రామ్ గుండెల మీద సీత పన్నెండవ తరగతిలో రెండు జెడలు వెస్కొని ఉన్న పాస్పోర్ట్ సైజు ఫోటో ఉంది

పల్స్ చెక్ చేసిన రామ్ చనిపోయాడు అని వైద్యులు నిర్దారించారు

రామ్ గుండెల మీద ఉన్న పాస్పోర్ట్ సైజు ఫోటో తీస్కొని చూసారు గీత శివ . దాని పైన పెన్ తో చిన్న అక్షరాలతో **నేను చనిపోయిన విషయం సీతకి ఎప్పటికి తెలియకూడదు ,తనకి నా మీద చనిపోయిన ప్రేమ, పుట్టిన కోపం అలానే ఉండాలి ఇది నా చివరి కోరిక** అని రాసుంది

విషయం తెలిసిన వెంకటపతిగారు లోపలికి వచ్చి రామ్ గుండెల మీద పడుకొని రోదిస్తూ విలపిస్తూ రామ్ నోటి నుండి వచ్చిన రక్తపు

ధారని తన కర్చీఫ్ తో తుడుస్తూ కన్నీరుమున్నీరయ్యారు వెంకటపతిగారు

రామ్ అంతఃక్రియలు ఊరిలో చేస్తే ఎలా అయిన సీతాపురంకి తెలిసి ఆ విషయం ఊరూరు వ్యాపించి సీతకి తెలుస్తుంది అని హైద్రాబాదులోనే రామ్ అంతఃక్రియలు జరిపించారు గీత శివ వెంకటపతిగారు....

ప్రేమ ఇది ప్రతి వ్యక్తి జీవితంలో ఒక భాగం ,

మనిషి పుట్టుకకి కారణం ప్రేమ,

ఆ మనిషి పెరగడానికి కారణం ప్రేమ ,

పెరిగి ప్రయోజకుడు అవ్వడానికి తల్లితండ్రులు పడే తాపత్రయం ప్రేమ,

ఈ ప్రేమ రకాలు వేరైనా దీని గుణం మాత్రం మంచికోరడం ప్రేమించడం

ఇద్దరి ప్రేమికుల మధ్య ప్రేమ ఎప్పుడు అవతల మనిషి సంతోషమే కోరుకునే పవిత్ర బంధం ప్రేమ

ప్రేమ జీవితంలో ఒక్కసారే పుడుతుంది ,అది పుట్టాక మన నీడలాగా ,మనం చచ్చాకనే ఆ ప్రేమ కూడా చస్తుంది

నా అభిప్రాయంలో ప్రేమ ఉన్న చోట ,గొడవలుంటాయి,అలుగులుంటాయి,ఇబ్బందులుంటాయి ,కొట్లాటలుంటాయి ఇవి అన్ని ఉన్నాయి అని ఆ మనిషిని వదిలి

వెళ్ళిపోడం,వెళ్ళిపోయి ఇంకొకరితో ప్రేమలో పడ్డం అన్నది మిమ్మల్ని మీరు చేస్కునే మోసం .

చిన్నప్పుడు బరువుగా ఉన్నావని అమ్మ మొయ్యడం మానేసిందా ?

నాన్నకి బరువు అయ్యావని నాన్న జీవితకాలం నిన్ను మొయ్యడం ఆపేసాడా ?

నువ్వు అలిగావనో,ఏడుస్తున్నావనో ,కోపడ్తున్నావనో తల్లితండ్రులు నిన్ను ఎలా అయితే వదులుకోలేరో అలాంటి ప్రేమ నీకు మళ్ళి నీ ప్రియుడు రూపంలోనో,ప్రేయసి రూపంలోనో దొరికితే ఆ ప్రేమని ఎప్పటికి విడవకు ....

JASHWANTH KARTHEE..